கலர் தாஜ்மஹால்

மணிபாரதி

உங்கள் ரசனை மேம்பட

வானவில் புத்தகாலயம்

10/2 (8/2) போலீஸ் குவார்ட்டர்ஸ் சாலை (முதல் தளம்)
(தியாகராயநகர் பேருந்து நிலையத்திற்கும் காவல் நிலையத்திற்கும் இடைப்பட்ட சாலை)
தியாகராயநகர், சென்னை – 600 017

Phone: 2986 0070, 2434 2771, Cell: **72000 50073**

Vanavil Puthakalayam 6 th sense_karthi
e-mail : vanavilputhakalayam@gmail.com
Website: www.sixthsensepublications.com

Title
COLOR TAJMAHAL

Author
MANI BARATHI

Publisher
P. Karthikeyan

Cover Design & Layout
T.Rajarathinam

Address
Vanavil Puthakalayam
10/2(8/2) Police Quarters Road(First Floor),
(Between Thiyagaraya Nagar Bus Stop & Police Station)
Thiyagaraya Nagar, Chennai - 17
Phone: 2986 0070, 2434 2771
Cell: 72000 50073
Vanavil Puthakalayam
6 th sense_karthi
e-mail : vanavilputhakalayam@gmail.com
Website: www.sixthsensepublications.com
e-mail : vanavilputhakalayam@gmail.com

Edition
First Edition : 2019

No part of this book may be reproduced or transmitted in any form without permission in writing from the author or publisher

Pages
104

Price
Rs.99

நீங்கள் Smart Phone உபயோகிப்பவராக இருந்தால் QR Code Reader Application மூலம் இதை Scan செய்தால் நேரடியாக எமது இணையதளத்திற்கு சென்று மேலும் எங்கள் வெளியீடுகள் பற்றிய விவரங்களைப் பெறலாம்.

ISBN : 978-93-87369-21-4

தலைப்பு
கலர் தாஜ்மஹால்

ஆசிரியர்
மணிபாரதி

முதற்பதிப்பு : 2019
பக்கங்கள் : 104

விலை : ரூ.99

வானவில் புத்தகாலயம்
10/2 (8/2) போலீஸ் குவார்ட்டர்ஸ் சாலை (முதல் தளம்)
(தியாகராய நகர் பேருந்து நிலையத்திற்கும்
காவல் நிலையத்திற்கும் இடைப்பட்ட சாலை)
தியாகராய நகர், சென்னை – 600 017
தொலைபேசி : 2986 0070, 2434 2771
செல்பேசி : 7200050073

மின்னஞ்சல்
vanavilputhakalayam@gmail.com

இந்தப் புத்தகத்திலுள்ள எந்த ஒரு பகுதியையும் பதிப்பாளரின் அனுமதியை எழுத்து மூலம் பெறாமல் பதிப்பிக்கக் கூடாது.

நன்றி

குமுதம்
கல்கி
தினமணிக் கதிர்
அமுதசுரபி
மற்றும்
என் மனைவி லதா

18, சாரதாம்பாள் தெரு

● இயக்குனர் N. லிங்குசாமி

நான் சென்னைக்கு வந்து இயக்குனர் பாக்யராஜ் அவர்களிடம் வாய்ப்பு தேடிக்கொண்டிருந்த காலகட்டத்தில் எனது நண்பர் பிருந்தா சாரதியைச் சந்திக்க அடிக்கடி சாய் நகரில் உள்ள அவர் அறைக்குச் செல்வேன். அங்குதான் எனக்கு மணிபாரதி அறிமுகமானார். அவர் இயக்குனர் வசந்த் சாரிடம் பணிபுரிகிறார் என்றதுமே அவர் மீது எனக்குப் பெரிய மதிப்பு வந்துவிட்டது. அது மட்டுமின்றி பத்திரிக்கையாளராகவும் பணிபுரிந்து கொண்டிருந்தார். பின்பு நாங்கள் 18, சாரதாம்பாள் தெருவில் வசித்த போதும் எங்களுடன் சேர்ந்து தங்கி இருந்தார். உதவி இயக்குனராக வாய்ப்பு தேடும் காலத்திலெல்லாம் ஏ.வி.எம் ஸ்டுடியோவில் நடக்கும் ஷூட்டிங்கைப் பார்ப்பது என்பது பெரும் கனவாக இருந்தது. யாரையும் எளிதில் உள்ளே அனுமதிக்க மாட்டார்கள். அப்போது மணிபாரதிதான் எங்களை ஏ.வி.எம். ஸ்டுடியோவிற்கு அழைத்துப் போய் அங்கு நடந்த பாலச்சந்தர் சார் படத்தின் படப்பிடிப்பைக் காண்பித்தார்.

எனக்கு அவர் சினிமா ரசனை மீது பெரிய நம்பிக்கை உண்டு. படங்களை மிகச் சரியாகக் கணித்து சொல்லுவார். 'பூவே உனக்காக' படத்தைப் பார்த்துவிட்டு ஒரு பெரிய பூமாலையை வாங்கிக்கொண்டு போய் விக்ரமன் சாரிடம் இந்தப் படம் இருநூறு நாட்கள் ஓடும் சார் என்றார். அதைப் போலவே அந்தப் படமும் பெரிய வெற்றியை அடைந்தது. அதுபோல் என் முதல் படம் ஆனந்தம் படத்தைப் பார்த்துவிட்டு அனைவரும் நன்றாக உள்ளது என்று சொன்னாலும் எனக்குப் பதட்டமும் பயமும் இருந்தது. மணிபாரதி படம் பார்த்துவிட்டு, "ஒரு பெரிய பெட்டியை வாங்கி வைத்துக்கொள்ளுங்கள் பல தயாரிப்பாளர்கள் அட்வான்ஸ் கொடுக்க வரப் போகிறார்கள். படம் அற்புதமாக உள்ளது" என்று சொன்னார். இது எனக்குப் பெரிய நம்பிக்கையைத் தந்தது. இதை என்னால் மறக்கவே இயலாது.

18, சாரதாம்பாள் தெருவில் என்னோடு தங்கியிருந்த நண்பர்கள் அனைவரும் என்னுடைய தொடர்பில் உள்ளனர். இப்போதும் என் அலுவலகத்திற்கு வந்து செல்கிறார்கள். மணிபாரதி என்னுடைய பல படங்களின் கதை விவாதத்திலும் இருந்துள்ளார். ஹரி போன்ற

வேறு இயக்குனர்களின் கதை விவாதத்திலும் இருந்துள்ளார். ஆனால் ஒரு இயக்குனரின் கதையைப் பற்றிய சிறு பதிவைக் கூட மற்றொரு இயக்குனரிடம் கூறியதில்லை. இந்த நேர்மையால்தான் அவரைப் பலர் கதை விவாதங்களுக்கு அழைக்கின்றனர்.

இவரது சிறுகதைகள் மற்றும் கவிதைகள் குமுதம், ராணி, கல்கி போன்ற வார இதழ்களில் வந்துகொண்டே இருக்கும். நெருக்கடியான காலங்களிலும் அவர் எழுதுவதை நிறுத்தவில்லை. அதனாலேயே எனக்குப் படம் கிடைத்தது என்று அவர் முன்னுரையில் கூறியது உண்மை. அந்த ஈடுபாடு இருப்பவர்களால் மட்டுமே இந்த சினிமாவில் இயங்க முடியும். சீரியல் இயக்குவது, கதை விவாதம் செல்வது என்று எப்போதும் ஏதோ ஒரு வேலை செய்து கொண்டே இருப்பார். வேலை செய்யாமல் இதுவரை நான் அவரைப் பார்த்ததில்லை. இதுவே அவருக்கு இப்போது கிடைத்துள்ள பட வாய்ப்பைப் பெற்றுத் தந்ததாக நான் கருதுகிறேன்.

சாய் நகரில் இருக்கும் போதே வாசிப்புப் பழக்கம் உடையவர். வேலை முடித்து வந்த உடனே புத்தகத்துடன்தான் இருப்பார். அவர் சினிமாவில் பல தடைகளையும் இன்னல்களையும் தாண்டி இப்பொது 'பேட்டரி' என்று ஒரு படம் எடுக்கிறார். அந்தக் கதையையும் என்னிடம் சொன்னார். நல்ல கதை இது. மணிபாரதிக்கு மிக முக்கியமான படமாக இருக்கும்.

இந்தச் சிறுகதைத் தொகுப்பைப் படித்தேன். புத்தகமாகத் தகுதியான அனைத்து விஷயங்களும் இதில் இருக்கின்றன. நகல் எடுப்பது வெற்றிக்கு எந்த விதத்திலும் உதவி செய்யாது என்ற கருத்தை 'அடையாளம்' சிறுகதையில் எதார்த்தமாக எழுதி இருக்கிறார். வெற்றிக்கான அடிப்படைச் சூத்திரம் இது. அதே போல 'மாண்பு' மற்றும் 'டீச்சர் செய்த தவறு' ஆகிய கதைகள் என் மனதைக் கவர்ந்தன.

இவரது வாழ்க்கையையே திருப்பிப் போட்டவர் பாலகுமாரன் அவர்கள்தான் என்று கூறியுள்ளார். அதற்கான சாயல்களும் இந்த கதைகளில் தெரிகின்றன.

நல்ல நூல்களை வெளியிட்டுள்ள வானவில் புத்தகாலயம் இந்த நூலை வெளியிடுவது மேலும் சிறப்பு. அவருக்கு எனது மனமார்ந்த வாழ்த்துக்கள்.

சென்னை
16.12.19

அன்புடன்
N. லிங்குசாமி

முதல் அங்கீகாரம்

வணக்கம்.

நான் இயக்குனர் மணிபாரதி.

எதாவது ஆகவேண்டும் என்கிற நோக்கில், முதலில் படம் வரைந்தேன். பிறகு திரைப்படப் பாடல்கள் பாடிப் பார்த்தேன். எதுவும் சரிவரவில்லை.

சுஜாதா, புஷ்பாதங்கதுரை, ராஜேந்திரகுமார் இவர்களைப் படித்துக்கொண்டிருந்த எனக்கு, ஒரு நாள் பாலகுமாரனின் மெர்க்குரிப் பூக்கள் கிடைத்தது. படிக்கபடிக்க வேறொரு வாசல் திறக்க ஆரம்பித்தது. பேசாமல் எழுத்தாளராகிவிட்டால் என்ன என்கிற எண்ணம் தோன்ற ஆரம்பித்தது. எந்த முன் அனுபவமும் இல்லாமல் நான் எழுதின 'எதிர்பார்ப்புகள்' என்கிற முதல் சிறுகதை ராணியில் பிரசுரமானது. அன்று கைகள் சிறகாகிக் காற்றில் பறக்க ஆரம்பித்தேன்.

இன்று, நூற்றுக்கும் மேற்பட்ட கதைகள் பிரபல வார மாத இதழ்களில் பிரசுரமாகியிருக்கிறது என்றால், மூன்று படங்களும், ஐந்து தொலைக்காட்சித் தொடர்களும் இயக்கி இருக்கிறேன் என்றால் அதற்கு முழுமுதற் காரணம் அந்த முதல் சிறுகதைதான். அதன் பிறகு நிறைய எழுத்தாளர்களின் கதைகளைத் தேடிப்பிடித்து படிக்க ஆரம்பித்தேன். சிறுகதையின் சூட்சமம் புரிய ஆரம்பித்தது. தொடர்ந்து எழுத ஆரம்பித்தேன்.

நான் எழுதியது இலக்கியத் தரம் வாய்ந்த கதைகளா என்பது எனக்குத் தெரியாது. என் மனதை ஏதாவது ஒரு சம்பவம் பாதித்து, அது என்னை எழுது என்று தூண்டினால், உடனே உட்கார்ந்து எழுதிவிடுவேன். அப்படி எழுதி, பத்திரிகைகளில் வெளிவந்த கதைகளில், சில கதைகள் வாசகர்களிடையேயும், சில கதைகள் நண்பர்களிடையேயும் பாராட்டைப் பெற்றிருக்கிறது.

இந்தப் புத்தகத்தில் இடம்பெற்றிருக்கும், மாண்பு (கல்கி), டீச்சர் செய்த தவறு (அமுதசுரபி), அடையாளம் (குமுதம்) ஆகிய சிறுகதைகள்கூட அப்படிப் பாராட்டைப் பெற்ற கதைகள்தான்.

நான், வாழ்க்கையில் எவ்வளவோ கஷ்டப்பட்டிருக்கிறேன். எவ்வளவோ பொருளாதார சவால்களைச் சந்தித்திருக்கிறேன். ஆனாலும், அவைகளுக்கு நடுவே எழுதாமல் இருந்ததே இல்லை. இன்றளவும் உயிர்ப்புடன் இருக்கிறேன் என்றால், அதற்குக் காரணம் எழுதும் அந்தப் பழக்கம்தான்.

இந்தப் புத்தகம் வெளிவரும் இந்த நேரத்தில், நான் சிலருக்கு நன்றி சொல்லக் கடமைப்பட்டிருக்கிறேன். அமுதசுரபி ஆசிரியர் திருப்பூர் கிருஷ்ணன், குமுதம் ஆசிரியர் ப்ரியா கல்யாணராமன், கல்கி ஆசிரியர்கள் அமிர்தம் சூர்யா, பொன் மூர்த்தி, இயக்குனர் லிங்குசாமி, கவிஞர் பழனிபாரதி, எழுத்தாளர் பட்டுக்கோட்டை பிரபாகர், கவிஞர் நெல்லை ஜெயந்தா, வானவில் பதிப்பகம் கார்த்திக் ஆகியவர்களுக்கு என் நெஞ்சார்ந்த நன்றியைத் தெரிவித்துக் கொள்கிறேன்.

அன்புடன்,
மணிபாரதி
இயக்குனர், எழுத்தாளர்

Dil Se.

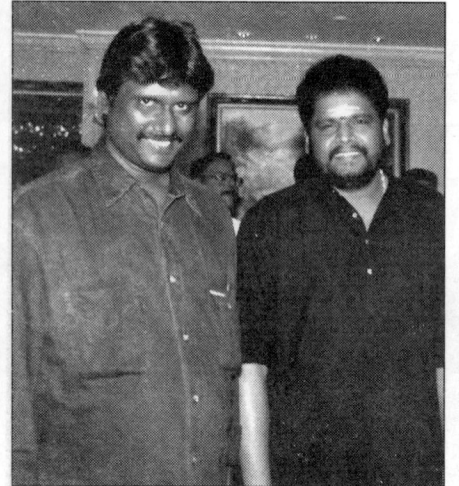

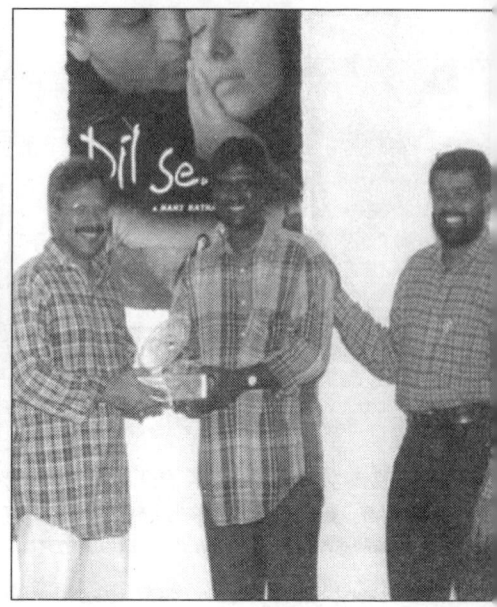

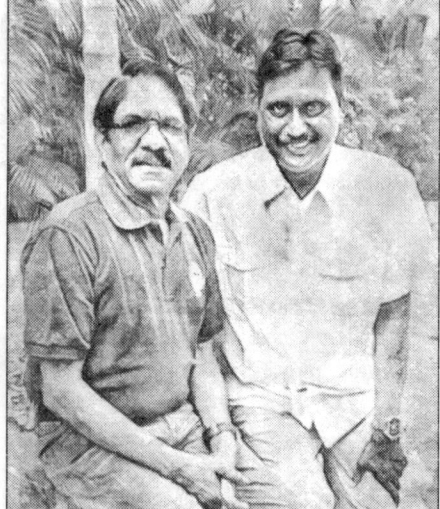

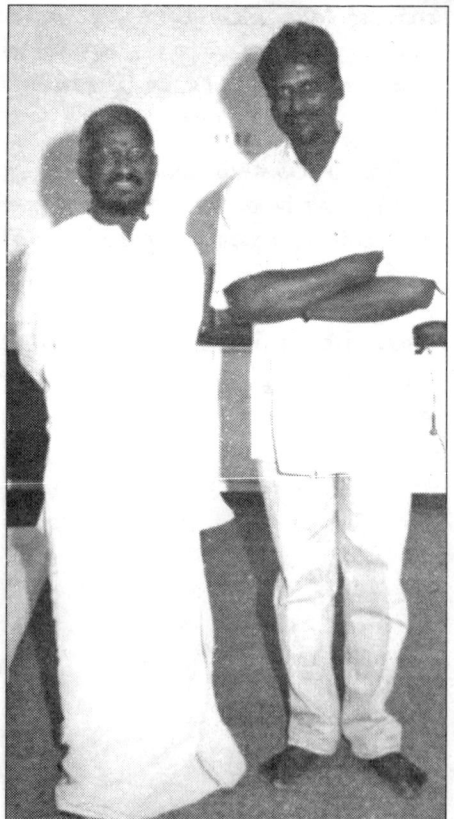

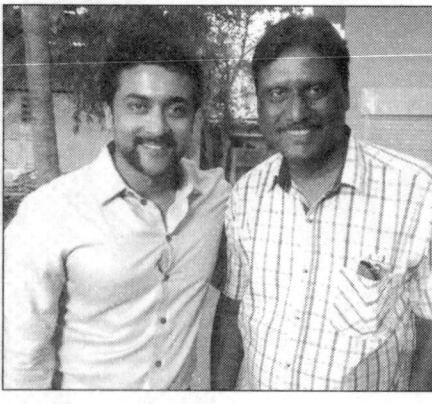

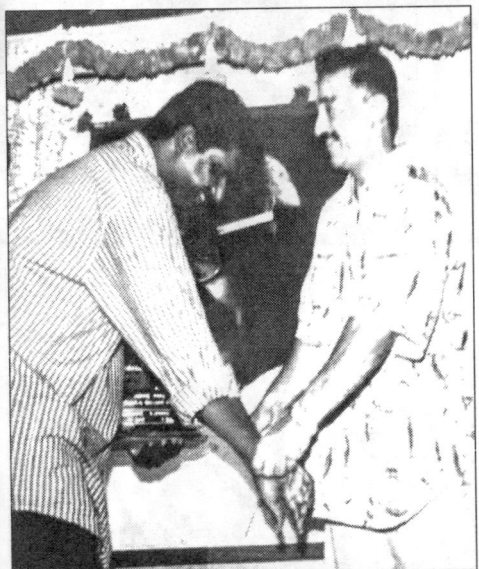

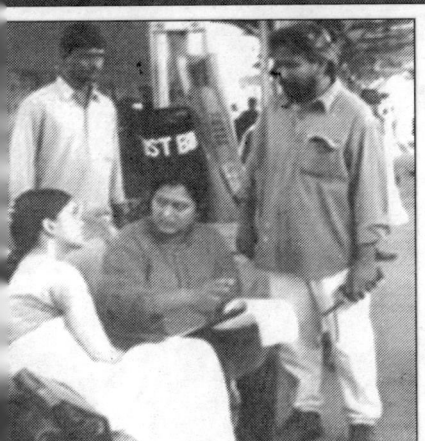

களம் 12

1. அடையாளம் 15
2. கலர் தாஜ்மஹால் 22
3. நினைவின் மறுபுறம் 30
4. மாயக்கண்ணாடி 38
5. மீ டூ 45
6. புதுப்புதுக் குற்றங்கள் 52
7. ஒரு நடிகையின் நன்றிக்கடன் 60
8. டீச்சர் செய்த தவறு 67
9. திருப்பம் 75
10. பூக்கள் பூக்கும் தருணம் 82
11. மாண்பு 90
12. இதுதான் காதல் என்பதா 97

1

அடையாளம்

“நீ விஜய் சேதுபதி மாதிரியே இருக்கடா.. உன் பேச்சு, நடை, ஹேர் ஸ்டெயில் எல்லாமே அச்சு அசல் அவரேதான்..” என்று சொன்னார்கள், காட்டுமன்னார்குடியில் முத்துவுடன் சுற்றிக் கொண்டிருக்கும் அவனது நண்பர்கள். அதன்பிறகுதான் அவன் தன்னை கண்ணாடியில் உற்றுக் கவனிக்க ஆரம்பித்தான். வீட்டில் சிறிய கண்ணாடிதான் இருந்தது. அதுவும் ரசம் போன கண்ணாடி. திட்டு திட்டாக இருக்கும். மூக்கு பகுதி தெரிந்தால் வாய் பகுதி தெரியாது. வாய் பகுதி தெரிந்தால் கண்கள் தெரியாது. முத்து அதற்காகவே பஸ்ஸ்டாண்டில் இருக்கும் சலூனுக்கு அடிக்கடி வந்து விடுவான். அங்கு பேப்பர் படிப்பது போல் உட்கார்ந்து கொண்டு, தனது முகத்தைக் கண்ணாடியில் பார்த்துக் கொள்வான். சலூன் வைத்திருக்கும் கோபால் அதை ஒருநாள் கண்டுபிடித்து விட்டான். “ஒரு சந்தேகமும் வேண்டாம் முத்து.. நீ விஜய் சேதுபதியேதான்.. நீ இங்க சுத்திகிட்டு இருக்குறத விட சென்னைக்குப் போனேன்னு வை.. பெரிய ஹீரோவா ஆயிடலாம்..” என, முதல் விதையை அவனது நெஞ்சில் தூவி விட்டான்.

அப்போது முதல், அவன் , விஜய் சேதுபதியின் தீவிர ரசிகன் ஆனான். விஜய் சேதுபதியின் பெயரில், *96* என்கிற ஒரு ரசிகர் மன்றத்தை ஆரம்பித்தான். சில நண்பர்களை அதில் சேர்த்துக் கொண்டு, அவர் நடித்த படங்கள், காட்டுமன்னார்குடியில் ரிலீஸாகும்போது, கையில் வைத்திருக்கும் காசைப் போட்டு தியேட்டரைச் சுற்றிக் கொடி கட்டினான். முதல் காட்சியைப் பார்க்க வரும் ரசிகர்களுக்கு, இனிப்பு வழங்கி உற்சாகப்படுத்தினான். டிவியில் விஜய் சேதுபதி படம் போடுகிறார்கள் என்றால் அன்று உலக கோப்பையே இருக்கிறது என்றால் கூட, அதை ஓரம் கட்டி விட்டு, படத்தைப் பார்க்க ஆரம்பித்துவிடுவான். ஹீரோ அறிமுகக் காட்சியில் வீடென்று கூடப் பார்க்காமல் விசில் தூள் பறக்கும்.

ஒருநாள், நண்பர்கள் எல்லாம் கூடி முடிவெடுத்தார்கள் அவனைச் சென்னைக்கு அனுப்பி வைப்பதென்று. ஆளுக்குக் கொஞ்சம் பணம்

போட்டு, டிக்கெட் எடுத்துக் கொடுத்து, பஸ் ஏற்றி விட்டார்கள். ஒரு நண்பன் "மச்சான்.. நீ நடிக்கிற படத்தை நா சீக்கிரம் பாக்கனும்.." என்றான். இன்னொரு நண்பன் "நீ பெரிய ஹீரோவானதும்தான் நா கல்யாணமே பண்ணிக்குவேன்.." என்றான். உணர்ச்சிப் பெருக்கால் முத்துவின் கண்களில் நீர் வழிந்தது. "உங்க அன்புக்கு நன்றிடா.. கண்டிப்பா உங்க நம்பிக்கையக் காப்பாத்துவேன்.." என்றான் நா தழுதழுக்க. பஸ் புறப்பட்டது. நண்பர்கள் கையசைத்து விடை கொடுத்தார்கள். முத்துவிற்கு முதல் தொலை தூரப் பயணம். அதுவும் சென்னை போன்ற பெரிய ஊர்களுக்கு அவன் போனதே இல்லை. மனதில், அசைக்க முடியாத நம்பிக்கை இருந்ததால், எதைப்பற்றியும் யோசிக்காமல் தைரியமாகப் புறப்பட்டு விட்டான். ரஜினிகாந்தில் தொடங்கி விமல் வரை, எல்லோருமே இப்படி ஊரை விட்டு ஓடி வந்து வெற்றி கண்டவர்கள்தானே? அதுபோல் தானும் வெற்றி பெறுவோம் என்கிற நம்பிக்கை அவனுக்கு இருந்தது.

அதிகாலை. பஸ் கோயம்பேடில் வந்து நின்றது. அங்கிருந்து வளசரவாக்கத்திற்கு எந்த பஸ் போகும் எனக் கேட்டு ஏறி உட்கார்ந்தான். வளசரவாக்கத்தில் அவனது ஒன்றுவிட்ட மாமா இருக்கிறார். மளிகைக் கடை வைத்திருக்கிறார். சிறிய கடைதான் என்றாலும், நிறைய சம்பாதித்திருக்கிறார். அவர் வீட்டில் கொஞ்ச நாட்கள் தங்கி முயற்சி செய்யலாம் என்பது அவனது கணக்கு. அவரைச் சந்தித்த பிறகுதான் அந்தக் கணக்கு எவ்வளவு பொய்யானது என்பது புரிந்தது.

"சினிமாவுல நடிக்கப்போறியா.. இது யார் குடுத்த ஐடியா.."

"பாக்குறதுக்கு விஜய் சேதுபதி மாதிரி நா இருக்குறதுனால ஃபிரண்ட்ஸ்தான் சொன்னாங்க.. சென்னைக்கு போனா சினிமாவுல ஜெயிச்சுடலாம்ன்னு.."

மாமா முகத்தில் எரிச்சல் வந்தது.

"எதோ வேலை கிடைச்சுதான் வந்துருக்கேன்னு நினைச்சுச் சந்தோஷப்பட்டேன்.. சினிமாவுல சேரப்போறேன்னு சொல்ற.. ம்கூம்.. இதெல்லாம் சரிபட்டு வராது.. நீ முதல்ல ஊருக்குக் கிளம்பு.. நா அக்காகிட்ட பேசிக்கிறேன்.."

அவனை கழுத்தைப் பிடித்துத் தள்ளாத குறையாக வெளியே அனுப்பினார். அவனுக்கு எங்கு போவது என்று தெரியவில்லை. தெருமுனையில் இருந்த ஆவின் பூத்தில் வந்து உட்கார்ந்து

கொண்டான். பசி வயிற்றைத் தின்றது. அப்போது, அங்கு 45 வயது மதிக்கத்தக்க ஒருவர், போனில் "சூர்யா படமா.. சொல்லுங்க.. எத்தனை ஜென்ட்ஸ் வேணும்.. என்னென்ன வயசுல வேணும்.." எனக்கேட்டு, ஒரு பாக்கெட் நோட்டில் குறித்துக் கொண்டிருந்தார். அது அவனது கவனத்தை ஈர்த்தது. பசி போன இடம் தெரியவில்லை. அவர் பேசி முடிக்கும் வரை அமைதியாகக் காத்திருந்தான். பேசி முடித்து போனை அணைக்கும் போது, அருகில் வந்து நின்று "வணக்கம் சார்.." என்றான். அவர் யோசனையுடன் பார்த்தார்.

"என் பேரு முத்து.. காட்டுமன்னார்குடியிலேருந்து வரேன்.."

"அதனால் என்ன?"

"நீங்க சினிமாவுல இருக்கிங்களா.."

"ஆமாம்.."

"எனக்கும் நடிக்கனும்னு ஆசை.. அதனாலதான் ஊர்லேருந்து புறப்பட்டு வந்தேன்.."

அவர் அவனை ஏற இறங்கப் பார்த்தார்.

"இதென்ன விஜய் சேதுபதி மாதிரி தாடி.."

"கரெக்டா கண்டுபுடிச்சிட்டிங்க சார்.. எனக்கும் அவர மாதிரியே நடிக்கயணும்னு ஆசை.. அதனாலதான் வந்தேன்.."

அவருக்குச் சிரிப்பு வந்தது.

"அதுக்குதான் அவர் இருக்காரே.. நீ எதுக்கு.."

அவன் புரியாமல் பார்த்தான்.

"இதைப்பாரு தம்பி.. ஒருத்தர் மாதிரி தோற்றத்தோட இருக்குறதுங்குறது மைனஸ் பாய்ண்ட்.. ரஜினி மாதிரி, கமல் மாதிரி, அஜித் மாதிரின்னு நிறைய பேரு வந்து அட்ரஸ் இல்லாமப் போயிருக்காங்க.. அதனால, இந்த அடையாளத்த மாத்திட்டு, உனக்குன்னு ஒரு முகம் இருக்கும்ல்ல.. அந்த முகத்தோட வா.. நானே உனக்கு வாய்ப்பு தரேன்.. நாளையிலேருந்து சூர்யா படம் கூட சூட்டிங் இருக்குது.."

"என்ன ரோல் கிடைக்கும்.."

“ம்.. ஹீரோயினக் கட்டிப்புடிச்சு முத்தம் குடுக்கணும்..பரவா யில்லையா..“

அவர் கோபமாகப் பேசுகிறார் என்பது புரிந்தது. அதை எப்படிச் சமாளிப்பது என்பதுதான் புரியவில்லை.

“உனக்கு வாய்ப்புக் குடுக்குறதே பெரிய விஷயம்.. இதுல என்ன ரோல்ன்னு வேற கேக்குற.. பத்து அடியாள்ல ஒருத்தனா நிக்கணும்.. என்ன சொல்ற..“

“இல்ல சார். வேண்டாம்..“

அவர், அவனுக்கு ஒரு பெரிய கும்பிடு போட்டு விட்டு, புறப்பட்டுப் போனார்.

அவன், அங்கு இங்கு அலைந்து, கடைசியாக ஒரு புரடக்ஷன் கம்பெனியைக் கண்டுபிடித்தான். அந்த கம்பெனி புரடியூசரும், அவன் சொன்னதையெல்லாம் கேட்டு விட்டு “நிழல் எப்போதும் நிஜமாக முடியாது..” என அதே கருத்தையே திரும்பக் கூறினார். அவன் வாடிப் போனான். அவர் “வேணும்ன்னா நம்ம கம்பெனில ஆபிஸ் பாயா சேர்ந்துக்க.. மூணு வேளை சாப்பாடு குடுத்து, மாசம் ஐயா யிரம் ரூபா சம்பளம் தரேன்.. தங்கறதும் இங்கயே தங்கிக்கலாம்..” என்றார். அவன் “ஆபிஸ்பாய் வேலைன்னா என்ன மாதிரி வேலை இருக்கும் சார்..” எனக் கேட்டான். அவர் “டீ காபி வாங்கித் தரனும்.. ஆபிஸ, டெய்லி கூட்டி பெருக்கி சுத்தமா வச்சுக்கணும்.. மத்தவங்க சாப்ட்ட தட்டையெல்லாம் கழுவணும்..“ என்றார். அவனுக்கு அவமானமாக இருந்தது. தனது கனவு, கொஞ்சம் கொஞ்சமாகக் கருகுவது போலிருந்தது. அதே சமயம், இப்போதைக்கு அதுதான் பாதுகாப்பான வேலையாகவும் தெரிந்தது. எனவே ஒப்புக்கொண்டான்.

அந்தப் படத்தின் டைரக்டரில் தொடங்கி காஸ்ட்யூமர் வரை அவனை “சேது” என்றே அழைத்தார்கள். தனது பெயர் முத்துதானே.. எதற்காகச் சேது என்று அழைக்கிறார்கள்? எனப் புரியாமலிருந்தான். கொஞ்ச நாட்கள் கழித்துதான் விஷயம் புரிந்தது. விஜய் சேதுபதியை, அவரது நெருங்கிய நண்பர்கள் “சேது” என்றுதான்அழைப்பார்களாம். அவனுக்குப் பெருமையாக இருந்தது. அந்தப் பகுதியில் உள்ள டீக்கடை, ஜெராக்ஸ் கடை, சாப்பாடு எடுக்கும் மெஸ், என எல்லா இடத்திலும் அவன் சேது என்கிற பெயரிலேயே பாப்புலரானான். சில அஸிஸ்டன்ட் டைரக்டர்கள், டைரக்டர் வரத் தாமதமானால், அவனை அழைத்து, “விஜய் சேதுபதி ‘சூது கவ்வும்’ படத்துல ஒரு

டயலாக் பேசுவாரே, அதைப் பேசிக் காட்டு" என்றும், "96 படத்துல த்ரிஷாவப் பாத்ததும் வெக்கப்படுவாரே அந்த மாதிரி வெக்கப்பட்டுக் காட்டு" என்றும், நடிக்க சொல்லி பொழுதை கழித்தார்கள்.தன்னை வைத்து காமெடி பண்ணிக்கொண்டிருக்கிறார்கள் என்பதை அறியாத அவன், சீரியஸாக நடித்துக் காட்டிக்கொண்டிருந்தான்.

ஒருநாள், டைரக்டர் அதைப் பார்த்து விட்டு, அவனை அழைத்து "நீ என்ன லூஸாடா.. அவனுங்க சொல்றானுங்கன்னு நடிச்சுக் காட்டிட்டு இருக்க.. அவனுங்க உன்னைக் கிண்டல் பண்ணிகிட்டு இருக்கானுங்க...." எனக் கத்தினார். அப்போதுதான் அவனுக்கு விஷயம் புரிந்தது. அவரது ரூமிலிருந்து வெளியே வந்தவன், தான் ஒரு கேலிப் பொருளாக மாறிப் போனதை எண்ணி, கவலை அடைந்தான். கண்களில் நீர் திரண்டது. அப்போது முடிவு செய்தான், இந்த சினிமாவில் ஜெயிக்காமல் போகக்கூடாது என்று.

நேரம் கிடைக்கும் போதெல்லாம், ஆபிஸ் பாய் வேலையையும் பார்த்துக்கொண்டு, வாய்ப்பும் தேடி அலைந்தான். "விஜய் சேதுபதி மாதிரியே இருக்கான்ப்பா.." எனப் பார்க்கிறவர்கள் எல்லோரும் சொன்னார்கள். ஆனால், யாரும் வாய்ப்புதான் தரவில்லை. எதாவது ஒரு காரணம் சொல்லி, தட்டிக் கழித்தார்கள். அவன் ஆபிஸ்பாயாக வேலை பார்க்கும், அந்தப் படத்தின் அஸிஸ்டன்ட் டைரக்டர்களில், அவனிடம் தகுதி பார்க்காமல் பழகும் ஒரே நபர் அசோக் மாத்திரமே. அவனிடம், "என்கிட்ட அப்படி என்ன சார் குறை இருக்கு.. எல்லாரும் நல்லாதான் பேசுறாங்க.. ஆனா வாய்ப்பு மட்டும் குடுக்க மாட்டங்குறாங்க.. நம்ம டைரக்டர் கூட, சேது சேதுன்னு எல்லாத்துக்கும் என்னைதான் கூப்பிடுறார்.. ஆனா வாய்ப்புன்னு வரும்போது வாயை மூடிக்கிறார்.." எனக் கலக்கத்துடன் கேட்டான். அதற்கு அசோக் "என்ன குறைன்னு கேட்டியே.. இதோ இப்படி இன்னொரு நடிகர் மாதிரியே இமிட்டேட் பண்ணிட்டு இருக்கியே, அதுதான் குறை.. நமக்குன்னு ஒரு தனி ஸ்டெயில உருவாக்கனும்.. அதுதான் நம்பள அடையாளம் காட்டும்.. இன்னிக்கு ஃபீல்டுல பெரிசா ஜெயிச்ச யார வேணும்ன்னாலும் எடுத்துக்க.. அவங்களோட தனித்தன்மைதான் காரணமா இருக்கும்.. பாரதிராஜாவும், மணிரத்னமும் டைரக்டர்கள்தான்.. ஆனா அவங்க ரெண்டு பேரோட படமும் ஒரே மாதிரியா இருக்கு.. ரஜினிகாந்தும், கமல்ஹாசனும் நடிகர்கள்தான்.. ரெண்டு பேரும் ஒரே மாதிரியா நடிக்கிறாங்க.. அதுமாதிரி உன்னோட தனித்தன்மை என்னங்குறதக் கண்டுபிடி.. அதை வெளில கொண்டு வர்றதுக்கு முயற்சி பண்ணு..

அதுக்கு முன்னால, கண்டிப்பா உன்னோட இந்த அடையாளத்த மாத்து.. முத்துவா எல்லாருக்கும் அறிமுகமாகு..” என்றான்.

ஆரம்பத்திலிருந்தே முத்துவிற்கு அந்தக் கருத்தில் உடன்பாடில்லை. ஆனால், எல்லோரும் இதே விஷயத்தையேதான் திருப்பித் திருப்பிச் சொல்கிறார்கள். கெட்டப்பை மாற்றினால் அது தனக்குப் பொருத்தமாக இருக்குமா? அடையாளம், அடையாளம் என்று சொல்கிறார்களே? இந்த அடையாளத்தையும் தொலைத்தால், தான் ஒரு சராசரி மனிதனாகி விட மாட்டோமா? இவ்வளவு பெரிய பிரச்சனையாக இது விஸ்வரூபம் எடுத்து நிற்கிறதே? இதை எப்படிச் சரி செய்வது? இரண்டு நாட்களாக யோசித்தான். அடிக்கடி பாத்ரூம் போய், அங்கிருந்த கண்ணாடியில், தனது முகத்தைப் பார்த்துக் கொண்டான். முடியைத் திருத்தி, தாடியை எடுத்தால் தனது முகம் நன்றாகவா இருக்கும்? காட்டு மன்னார்குடியில் திரியும் நண்பர்களில் ஒருவன் போல, சாதாரணமாகி விட மாட்டோமா? என்னதான் பண்ணலாம்? வேறு கெட்டப்தான் மாற்றிப் பார்ப்போமா? உயிரா போய் விடும்? ஒருவேளை, மயிர் நீப்பின் உயிர் வாழாக் கவரிமான் போல ஆனால்? அதையும்தான் பார்த்து விடுவோமே?

அசோக் மூலமாக, ஒரு ஹேர் டிரஸ்ஸரைப் பிடித்து, முடியைத் திருத்தினான். தாடியை மழித்தான். கண்ணாடியில் பார்த்தபோது அவனுக்கே அவனைப் பிடிக்காமல் போனது. வேறு யாரையோ பார்ப்பது போல் இருந்தது. அந்த வேறு யாரோதான், தனது அடையாளம் என்பது, அவனுக்கு அப்போது தெரியாமல் இருந்தது. ஆபிஸிலும், வெளியிடங்களிலும் “பாருடா” என அவனை மேலும் கிண்டலடித்தார்கள். அவன் எல்லாவற்றையும் பொறுத்துக் கொண்டான். நாளடைவில், அந்த கிண்டல், கேலி எல்லாமே மாறத் தொடங்கியது. ஒரு சிலர், அவனது சொந்தப் பெயரைத் தெரிந்து கொண்டு, “முத்துங்குற பேரே நல்லாருக்குப்பா.. இனி சேதுவெல்லாம் வேண்டாம்..” என்று கூறி “முத்து” என்றே கூப்பிட ஆரம்பித்தார்கள்.

ஒருநாள், அவன் டைரக்டருக்கு டீ கொடுத்து விட்டு வெளியேறியதும், அவர் அசோக்கிடம் “ஹீரோயினோட அண்ணன் கேரக்டருக்கு நம்ம முத்து மாதிரி ஒருத்தர் கிடைச்சா நல்லாருக்கும்..” என்று சொன்னார். அசோக் “ஏன் சார் முத்து மாதிரின்னு சொல்றீங்க.. அவனையே நடிக்க வச்சா என்ன?” எனக் கேட்டான். அவர் ஆச்சரியமாகப் பார்த்தார். அசோக் “நேற்றைய கூட்டுப் புழுக்கள்தான இன்றைய வண்ணத்துப்பூச்சிகள்..” என்றான்.

டைரக்டர் "கரெக்ட்.. நீ சொல்றதும் நல்ல ஐடியாதான்.. அவன உடனே ஒரு ஆடிஷன் பண்ணுங்க.." என உத்தரவிட்டார்.

ஆடிஷனில், முத்து அவர்கள் எதிர்பார்த்ததை விடவும் அழகாக நடித்துக் காண்பித்தான். டைரக்டர் "யாரு மாதிரியும் இல்லாம, இவன் நடிப்பு புதுசா இருக்குப்பா.. இவன் பெரிசா வருவான்.. இவனையே அந்தக் கேரக்டருக்கு ஃபிக்ஸ் பண்ணுங்க.." என்றார். அதைக் கேட்டு முத்துவின் கண்களில் நீர் வந்தது. எத்தனை நாள் கனவு? அசோக்கை நன்றியுடன் பார்த்துவிட்டு, டைரக்டரின் காலில் விழுந்து வணங்கினான். அசோக் அவனிடம், "நா சொன்னது ஒர்க் அவுட் ஆயிடுச்சா.. இன்னொருத்தர் மாதிரியே இருக்குறது, இன்னொருத்தர் மாதிரியே செய்யுறது, அதெல்லாம் வேலைக்கே ஆகாது.. அதைப் புரிஞ்சுக்காம, எத்தனை பேரு அந்த தப்பப் பண்ணிட்டு இருக்காங்க தெரியுமா.. அவங்களோட நிலமையெல்லாம் என்னன்னு நினைக்குற? அதுலேருந்து வெளில வர முடியாம, ரெக்கார்ட் டான்ஸ்ல போய், ரஜினி மாதிரி கமல் மாதிரின்னு ஆடிட்டு இருக்காங்க.. தோல்விங்குறது அதுவா வர்றது இல்ல.. நாமளா ஏற்படுத்திக்குறதுதான்.. உட்கார்ந்து யோசிச்சா எல்லாத்துக்கும் விடை இருக்கு.. ஆல் த பெஸ்ட்.." என்றான்.

முத்து அந்தப் படத்தில் நடித்ததன் மூலம் பெரும் புகழை அடைந்தான். போதும் போதும் என்கிற அளவிற்குப் படங்கள் வந்து குவிந்தது. நிறைய ரசிகர்கள் அவனைப் போல் முடி திருத்திக் கொள்ள ஆரம்பித்தார்கள். எது தன்னுடைய அடையாளமாக இல்லாமல் போய் விடும் என நினைத்தானோ, அதுவே இன்று பலரின் அடையாளமாக மாறிக்கொண்டிருந்தது.

2

கலர் தாஜ்மஹால்

தனது சம்பாத்தியத்தில் சேமித்து வைத்த பணத்தைக் கொண்டு, கந்தனால் ஊருக்கு ஒதுக்குப்புறம்தான் இடம் வாங்க முடிந்தது.

அரசாங்க வேலையில் சேர்ந்ததிலிருந்து, சாந்தியை மனைவியாகக் கைப்பிடித்ததுவரை, இடையே, ஒரு இடத்தை சொந்தமாக வாங்கி அதில் தனக்கே தனக்கென்று ஒரு வீடு கட்டி ஆள வேண்டும் என்பது அவனது கனவாக இருந்தது. அப்படி, தான் வாங்கிய இடத்தில், கையில் இருந்த நகைகளை விற்றும், பேங்க்கில் லோன் போட்டும் மளமளவென்று ஒரு வீட்டைக் கட்டினான். அந்தப் பகுதியில் பலர் இடம் வாங்கிப் போட்டிருந்தாலும் முதலில் வீடு கட்டியவன் கந்தன்தான். மற்றவர்கள் எல்லாம் கல் நட்டு வேலி போட்டதோடு சரி. அவர்கள் இடத்தில் முள் காடு விளைந்து கிடந்ததுதான் மிச்சம். கந்தன் அதைப் பற்றியெல்லாம் கவலைப்பட வில்லை. யார் கட்டினால் என்ன? கட்டாமல் போனால் என்ன? அவனது இடத்தில் அவனுக்குச் சொந்தமாக ஒரு வீடு தயாராகி விட்டது. அந்த ஒரு பெருமையே அவனுக்குப் போதுமானதாகவும் இருந்தது.

தளவேலை முடிந்து, பூச்சு வேலையும் முடிந்து, இப்போது பெயின்ட் அடிக்கும் வேலை நடந்து கொண்டிருந்தது. கந்தனுக்கு தனது வீட்டைப் பார்க்கப் பார்க்க சந்தோஷமாக இருந்தது. அருகில் நின்றும், சற்றுத் தொலைவில் சென்று நின்றும் ரசித்துப் பார்க்க ஆரம்பித்தான். அது அவனுக்கு ஒரு கலர் தாஜ்மஹாலாகத் தெரிந்தது. மாடியில் ஏறி நின்று பார்த்தபோது டவுனில் இருக்கும் சௌந்தரராஜப் பெருமாள் கோவிலின் முழு கோபுரமும் தெரிந்தது. 'அட' என, அது அவனுக்கு ஆச்சரியத்தைத் தந்தது. சாந்தியை அழைத்து அந்த ஆச்சரியத்தைக் காட்டினான். அவள் வாய் அரை அடிக்குப் பொளந்து நின்றது. இருவருமாகக் கையெடுத்துக் கும்பிட்டார்கள். இனி கும்பாபிஷேகம் நடக்கிற போது நெரிசலில் சிக்கித் தவிக்க வேண்டாம். இங்கிருந்தே கோபுர தரிசனம் செய்து கொள்ளலாம். கீழே இறங்கி வந்த போது, காம்பவுண்ட் சுவரில் பதிக்கப்பட்டிருந்த 'சாந்தி இல்லம்' என்ற சலவைக் கல்லைப் பார்த்து

சாந்தி அவனது கையைக் காதலுடன் பற்றிக்கொண்டாள். வாசலாகப் போயிற்று, அதுவே பெட் ரூமாக இருந்திருந்தால், அந்த அன்பை வேறு மாதிரி வெளிப்படுத்தியிருப்பாள்.

கந்தனின் குடும்பத்தில் சொந்தமாக வீடு கட்டும் முதல் நபர் அவன்தான். அவனுடன், உடன் பிறந்தவர்கள் இரண்டு அண்ணன்கள். அவர்கள் இருவரும்கூட இன்னும் வாடகை வீட்டில்தான் குடி இருக்கிறார்கள். அவனது அப்பா கூட கடைசிவரை வாடகை வீட்டில் குடி இருந்தே காலத்தைக் கழித்து விட்டார். அவனுக்கு விபரம் தெரிந்த நாளில் இருந்து அவனது அப்பா நிறைய வீடு மாறி யிருக்கிறார். காரணம் அவனது அம்மா. அவளுக்கு எல்லாம் ஒழுங்காக இருக்க வேண்டும். எதாவது ஒரு சிறு குறை என்றால் கூட, வீட்டு உரிமையாளரிடம் சண்டைக்குப் போய் விடுவாள். 'நாம ஒண்ணும் சும்மா தங்கலியே.. மாசா மாசம் வாடகை கொடுக்கிறோம்தானே..' என நியாயம் பேசுவாள். அம்மாவின் நியாயம் அப்பாவிற்கும் எங்களுக்கும் புரியும். ஆனால் வீட்டு உரிமையாளர்கள் புரிந்து கொள்ள வேண்டுமே? ஒரு முறை, ஒரு வீட்டு உரிமையாளர், அவனது அப்பாவிடம், 'உங்களுக்காக எவ்வளவு நாள் வேணும்னாலும் வீடு தரலாம்.. ஆனா உங்க ஒய்ஃப நினைக்கும் போது, ரொம்ப பயமா இருக்கு சார்.. டெரர் லேடி.. அதனாலதான் சொல்றேன்.. தயவுபண்ணி உடனே காலிப் பண்ணிக்குங்க..' என்று கடுமையாகக் கூறினார். அன்று இரவு அம்மா அப்பாவிடம் 'அந்தாளு, வீட்டு மேல ஆயிரம் குறைய வச்சுகிட்டு என்னைக் குறை சொல்லிட்டுருக்கான்.. நீங்களும் அதை கேட்டுகிட்டு சும்மா வர்றீங்களே..' என சண்டைப் போட்டாள். இப்படியாகதான் நிறைய வீடு மாறியது. அப்போதே கந்தனின் மனதில், தான் படித்து முடித்து வேலைக்குப் போனதும், உடனடியாக ஒரு வீடு வாங்கி விட வேண்டும் என, ஆழமாகப் பதிந்து போனது. அதனுடைய வடிவம்தான் இதோ, இந்த வீடு.

வாசக்கால் நட்ட போது, அவனது அப்பாவின் கண்களில் கண்ணீர் எட்டிப் பார்த்தது. கந்தனை அருகில் அழைத்து அணைத்துக் கொண்டார். "ரொம்பப் பெருமையா இருக்குடா.. எங்களால முடியாததை நீ செய்து காட்டிட்டியே.." என்று கூறினார். சந்தோஷத்தில், கந்தனின் கண்களிலும் நீர் எழுந்தது. அம்மா, சாந்தியிடம் 'நா பட்ட கஷ்டம் உனக்கு இல்ல.. உன் வீட்டுக்கு நீயே எஜமானியம்மா.. உன்னை யாரும் வீட்டைக் காலி பண்ணுங்கன்னு சொல்ல முடியாது..' என அகங்காரமாகக் கூறினாள். சாந்தி "உண்மைதான் அத்தை.." என்று விட்டு "இனி நீங்களும் எங்க கூட

இந்த வீட்டுலதான இருக்கப் போறீங்க.." என்றாள். அம்மா நன்றியின் அடையாளமாக அவளை உச்சி முகர்ந்தாள். அண்ணன்கள் இரண்டு பேரும் அதைப் பார்த்து பெருமைப்பட்டுக் கொள்ள, அண்ணிகள் இரண்டு பேரும் பொறாமைப்பட்டுக் கொண்டார்கள். அதைக் கவனித்த சாந்தி, கந்தனிடம், "கிரஹப்பிரவேசத்தின் போது அக்காங்க ரெண்டு பேருக்கும் நல்ல புடவையா எடுக்கணும்.." எனச் சொல்லி வைத்தாள். அவர்களின் ஆதங்கத்தைப் போக்க, அப்போதைக்கு அவளுக்குத் தெரிந்த ஒரே வழி அது ஒன்றுதான்.

கிரஹப்பிரவேசம் என்றதும்தான் கந்தனுக்கு அதை எப்படியெல்லாம் கொண்டாட வேண்டும் என்கிற யோசனை நினைவுக்கு வந்தது. ஹாலில் மாட்டப்பட்டிருந்த ஊஞ்சலில் சாந்தியுடன் உட்கார்ந்து அதுகுறித்துப் பேச ஆரம்பித்தான். யார் யாருக்கெல்லாம் டிரஸ் எடுத்துக் கொடுக்க வேண்டும், அதை எந்த கடையில் எடுக்க வேண்டும், சமையலுக்கு யாரை ஒப்பந்தம் செய்வது, முதல்நாள் இரவு சாப்பாட்டில் என்னென்ன ஐட்டங்கள் இடம் பெற வேண்டும், பின் மறுநாள் காலை டிபனிலும், மதிய சாப்பாட்டிலும் என்னென்ன ஐட்டங்கள் இடம்பெற வேண்டும் என அத்தனை விஷயங்களையும் தெளிவாகப் பேசினார்கள். பத்திரிகை கொடுப்பது குறித்து கந்தன் ஒரு லிஸ்ட் தயார் செய்தான். நண்பர்கள், உடன் வேலை பார்ப்பவர்கள், உறவினர்கள் என ஆயிரம் பேருக்கு மேல் லிஸ்ட் வளர்ந்தது. தன்னைச் சுற்றி இத்தனை பேர் இருக்கிறார்களா என அவனுக்கே ஆச்சரியமாக இருந்தது. சாந்தியிடம் 'எல்லோரையும் இன்வைட் பண்ணிட வேண்டியதுதான்.. சந்தோஷத்தை வேற எப்படிப் பகிர்ந்துக்க முடியும்..' என்றான். சாந்தி 'கண்டிப்பாங்க..' என முழு மனதுடன் அதற்குச் சம்மதம் தெரிவித்தாள்.

பிரஸிலிருந்து வந்த கிரஹப்பிரவேச பத்திரிகை, கோல்டன் கலரில் மின்னி, கண்களைப் பறித்தது. கந்தன் அதிலிருந்து, ஒரு பத்திரிகையை, புதிதாகப் பிறந்த குழந்தையைத் தொட்டுத் தூக்குவது போல தொட்டு எடுத்துப் பிரித்துப் படித்தான். ஒவ்வொரு எழுத்தும் அவனை சந்தோஷப்படுத்தியது. அப்பா பாராட்டியது போல, 'எத்தனை பேருக்கு இந்தப் பாக்கியம் கிடைக்கும்' என நினைத்துக் கொண்டான். ஆண்களுக்கு, வீடும், மனைவியும் சரியாக அமைந்து விட்டால் போதும், அவனால் எதிலும் வெற்றி பெற்று விட முடியும். அந்த வகையில் கந்தன் கொடுத்து வைத்தவன்தான். அவனுக்கு மனையும், மனைவியும் சரியாக அமைந்துவிட்டது. அதனால்தான் அவள் பெயரையே வீட்டின் பெயராகவும் வைத்து விட்டான் போலிருக்கிறது. ஒரு டாக்ஸி வைத்துக் கொண்டு அனைவருக்கும் பத்திரிகை கொடுக்க

ஆரம்பித்தார்கள். கந்தன் சாந்தியிடம், "அடுத்த டார்கெட் சொந்தமா கார் வாங்குறதுதான்.." என்றான். அதற்கு சாந்தி அவனது காதில் "இப்படி வீடு கட்டுறதும் கார் வாங்குறதுமா இருந்தா.. குழந்தை எப்ப பெத்துக்கறது.." என வெட்கத்துடன் கேட்டாள். அவன் "அதெல்லாம் பிளான் பண்ண வேண்டாம்.. தன்னால நடக்கும்.." என்று விட்டு அவளது கையைப்பற்றி அதில் அழுந்த முத்தமிட்டான். அவள் பயத்துடன் கையை உருவிக்கொண்டு, டிரைவர் கவனிக்கிறாரா எனப் பார்த்துக் கொண்டாள்.

ஒரு வழியாகப் பத்திரிகை கொடுத்து முடித்தாகி விட்டது. சமையலுக்கு ராமமூர்த்தியையும் ஒப்பந்தம் செய்தாகிவிட்டது. கணபதி ஹோமம் பண்ண கண்ணன் வாத்தியாருக்கும் சொல்லியாகி விட்டது. பசுமாடும் கூடத் தெரிந்தவரிடத்தில் பேசி வைத்தாகி விட்டது.

அந்த சமயத்தில்தான் கந்தனின் காதில் அந்தச் செய்தி இடியாக வந்து இறங்கியது. டவுனை ஒட்டியிருக்கும் சுடுகாட்டை, இவன் வீடு கட்டியிருக்கும் இந்தப் பகுதிக்கு மாற்றப் போகிறார்களாம். அதை அவன் சற்றும் எதிர்பார்க்கவில்லை. சுடுகாட்டை இடம் மாற்றம் செய்ய வேண்டும் என்பது அந்த டவுன் மக்களின் நீண்ட நாளைய கோரிக்கை. அதற்காக எத்தனையோ சங்கங்கள் எத்தனையோ கட்சிகள் உண்ணாவிரதம் இருந்தும், மறியல் போராட்டம் நடத்தியும் மனித சங்கிலி நின்றும் தங்கள் எதிர்ப்பை அரசாங்கத்திற்குக் காட்டி யிருக்கிறார்கள். மனித சங்கிலியின் போது கந்தனே ஒருமுறை கை கோர்த்து நின்றிருக்கிறான். ஆனால் அப்போதெல்லாம் கண் திறக்காத அரசாங்கம் இப்போது கண் திறந்திருக்கிறது. அதுவும் அவனுக்கு எதிராகவே.

நாடு சுதந்திரம் அடைவதற்கு முன்பு, அந்த டவுன், அவ்வளவாக வளர்ச்சி அடையாத ஒரு ஊராகத்தான் இருந்திருக்கிறது. அப்போதைய ஆங்கிலேய அரசு இப்போது சுடுகாடு இருக்கும் இந்த இடத்தைத் தேர்வு செய்து இங்கு சுடுகாட்டை நிர்வகிப்பது எனத் தீர்மானித்திருக்கிறது. அதன்பின், டவுன் வளர்ச்சி அடைய ஆரம்பித்ததும், சுடுகாட்டைச் சுற்றிக் கட்டிடங்களும், பள்ளிக்கூடங்களும், கோவில்களும், கல்யாண மண்டபங்களும், கடைகளும் என அனைத்து முக்கிய ஸ்தலங்களும் எழ ஆரம்பித்தன. இன்று எங்கு போக வேண்டுமானாலும் அந்தச் சுடுகாட்டைக் கடந்துதான் போக வேண்டியிருக்கிறது. அதிலும் அவ்வப்போது பகலிலேயே அங்கு பிணம் எரிகிறது. அதன் வாடை டவுன்

மணிபாரதி / 25

முழுவதும் பரவி நிற்கிறது. ஹோட்டல் நடத்துகிறவர்களுக்கும், கல்யாண மண்டபங்களில் கல்யாணம் நடைபெறுகிற போதும் அந்த வாடையால் பெரும் அவஸ்தை ஏற்படுகிறது. கரண்ட் சுடுகாட்டிற்கு எழுதிப் போட்டு, அதுவும் வந்த பாடில்லை. மக்கள் என்னதான் செய்வார்கள்? எப்படித்தான் வாழ்வார்கள்? எவ்வளவுதான் பொறுப்பார்கள்? ஒன்று சேர்ந்து தங்கள் எதிர்ப்பைக் காட்ட ஆரம்பித்து விட்டார்கள். அதன் முடிவு, இன்று இட மாற்றத்திற்கான உத்தரவு வந்து விட்டது.

உத்தரவு வந்த அடுத்த நாளே, கந்தனின் வீட்டிலிருந்து முன்னூறு அடி தூரத்தில், காலியாகக் கிடந்த புறம்போக்கு நிலத்தில், ஒரு வெள்ளை ஜீப்பில், அரசு அதிகாரிகள் வந்து இறங்கித் தங்கள் வேலையைத் தொடங்க ஆரம்பித்தார்கள். ஒரு வாரத்தில், மளமளவென்று சுடுகாடு எழுந்து நின்றது. அதைச் சுகாதாரத்துறை அமைச்சர் திறந்து வைத்து விட்டும் போனார். டவுனுக்குள் 'புது சுடுகாட்டுல வேகப்போற அந்த முதல் கட்டை யாருதுன்னு தெரியலியேப்பா..' எனக் கிண்டலடித்துக் கொண்டார்கள். ஆனால், அப்படி எதுவும் உடனடியாக நடந்துவிடவில்லை.

கந்தனுக்குப் பெரும் கவலையாகிப் போனது. ஆசைஆசையாக கட்டிய வீட்டிற்கு இப்படியொரு ஆபத்து வந்து விட்டதே.. இந்தச் சூழலில் தன்னால் வாழ இயலுமா.. தனது வீட்டின் வழியாக அடிக்கடி பிணம் போய்க்கொண்டிருந்தால் அது ஒரு நிம்மதியான வாழ்க்கையாக இருக்குமா.. பக்கத்து வீட்டில் இழவு விழுந்தாலே அன்று முழுவதும் நம் வீடும் சோகத்தில் பாதிக்கப்படுமே.. அப்படியிருக்கும் போது, வாழ்நாள் முழுவதும் அதனுடனேயே சேர்ந்து வாழ்வது என்றால் எவ்வளவு கஷ்டமான காரியம்.. ஆரோக்கியம் என்பது மனசு உடம்பு இரண்டிற்கும்தானே.. என்னதான் செய்வது.. இது குறித்து சாந்தியிடம் சொன்னபோது, அவளும் அதிர்ந்து போய் நின்றாள். பின் அவனைத் தேற்றும் விதமாக "அதனால என்னங்க.. இறந்து போறவங்களும் நம்மள மாதிரி ஒரு மனுஷங்கதானே.." என்றாள். கந்தன் "மனுஷங்கதான்.. இல்லன்னு சொல்லல.. அதுக்காகத் தினமும் செத்து போனவங்களையேப் பாத்துகிட்டு, பொணத்து கூடவே வாழ்ந்துகிட்டு இருக்க முடியுமா.. அது அவலட்சணமாகவும் நிம்மதி குறைவாகவும் இருக்காதா.. சுடுகாடு வரைக்கும் அழுகையை கண்ட்ரோல் பண்ணிட்டு வர்ற உறவுக்காரங்க இங்க வந்ததுக்கப்புறமாதான் சத்தம் போட்டு அழ ஆரம்பிப்பாங்க.. அந்த சத்தம் எப்படி இருக்கும் தெரியுமா.. கேக்குறவங்க மனசுல பயத்தை ஏற்படுத்தும்.. வீட்டுலயே ஒரு நல்ல

காரியம் செய்யுறோம்ன்னு வச்சுக்க.. அந்த நேரம் பார்த்து அப்படியொரு அழுகை சத்தம் கேட்டா அது நல்லாவா இருக்கும்.. மனசுக்குக் கஷ்டமா இருக்காது.. அபசகுனமாத் தோணாது..' என்றான். சாந்தி, "சரி இப்ப என்னதாங்க பண்றது.." எனக் கேட்டாள். கந்தன் "தெரியல.." என்றுவிட்டு "முதல்ல கிரஹப்பிரவேசத்தை நல்லபடியா முடிப்போம்.. அப்புறமா என்ன பண்றதுன்னு யோசிப்போம்.." என்றான்.

கிரஹப்பிரவேசம். அனைவரின் வருகையால் வீடு அமர்க்களப்பட்டது. ஹாலில் கணபதி ஹோமமும், மாடியில் சாப்பாட்டுப் பந்தியும் ஜரூராக நடந்து கொண்டிருந்தது. சாப்பிட்டு முடித்து, பந்தலில் உட்கார்ந்து பல் குத்திக்கொண்டிருந்தவர்களில் ஒரு சிலர் 'கந்தன் வீட்டை நல்லா கட்டிருக்கான்ப்பா..' எனப் பேசிக் கொண்டார்கள். வேறு சிலர் 'கட்டினதெல்லாம் சரிதான்.. பக்கத்துல புது சுடுகாடு வந்துருக்கே.. இங்க எப்படிக் குடித்தனம் பண்ண முடியும்....' எனப் பேசிக்கொண்டார்கள். அதிலும் ஒரு கிழவர் 'விடுங்கய்யா.. அதுல என்ன தப்பு இருக்கு.. எல்லாரும் ஒரு நாளைக்கு அங்கதான போகப் போறோம்..' என அமைதிப்படுத்தினார். அதற்கு, முதலில் பேசிய அந்த நபர் 'நீ போப்போறேன்னு சொல்லு.. நாங்க வர்றதுக்கெல்லாம் இன்னும் காலம் இருக்கு..' எனப் பதில் சொல்லிச் சிரித்தார். இன்னொருவர் 'ஏய் விடுங்கப்பா.. வாழப்போற வீட்டுல உக்காந்து சாகப்போறதைப் பத்திப் பேசிகிட்டு இருக்கிங்க..' என்று கூறி அந்தப் பேச்சுக்கு முற்றுப்புள்ளி வைத்தார்.

ஹோமத்தின் முன்னால் உட்கார்ந்திருந்த கந்தனின் காதுகளில், திடீரென நாதஸ்வர சத்தத்தை விட ஷெனாய் சத்தம் அதிகமாகக் கேட்டது. தவில் சத்தத்தை விட தப்பு சத்தம் பலமாகக் கேட்டது. எங்கிருந்து கேட்கிறது இந்த சத்தம்.. எப்படி இந்தத் திடீர் மாற்றம்.. கூர்ந்து கவனிக்க ஆரம்பித்தான்.. அவனுக்குப் புரிந்து விட்டது. தெருவில் ஏதோ பிணம் வருகிறது. டவுனில் கிண்டலடித்துக் கொண்டார்களே, வேகப்போகும் முதல் கட்டை யாருடையதென்று, அந்த முதல் கட்டைதான் வந்து கொண்டிருக்கிறது போலிருக்கிறது. எந்தப் பாவியோ தெரியல.. ஒரு நாள் தள்ளி செத்துருக்கக் கூடாதா.. இப்படியா ஒரு நல்ல காரியம் நடக்கும் போது சாகணும்.. தப்பு சத்தத்தில் வாசலில் கட்டப்பட்டிருந்த பசுமாடு (கோமாதா) மிரண்டு போய் அங்கும் இங்கும் அலை பாய்ந்தது. கிரஹப்பிரவேசத்திற்கு வந்தவர்களும் என்ன சொல்வதென்று புரியாமல் பார்த்துக் கொண்டிருந்தார்கள். மனதில் எழுந்த சந்தோஷம் ஒரு சில நிமிடங்களில் அணைந்து போனது. சிலருக்குச் சாப்பிடப் பிடிக்க

வில்லை. அப்படியே இலையை மூடினார்கள். இதில் அவலம் என்னவென்றால், பிணத்துடன் நடந்து வந்தவர்களோ, 'எந்தப் பைத்தியக்காரன்டா இங்க வந்து வீட்டைக் கட்டினது' என கந்தனின் வீட்டை இளக்காரமாகப் பார்த்தபடி சென்றார்கள். ஒரு வழியாக அந்தப் பிணம் வீட்டைக் கடந்தது. அதன் பிறகுதான் கந்தனின் மனசு நிம்மதியானது. வீட்டில் சகஜ நிலை திரும்ப நீண்ட நேரமானது. அனைவரும் கந்தனைப் பாவமாக பார்த்தார்கள். அதன் பிறகு ஒவ்வொருவராகக் கலையத் தொடங்கினார்கள். மதிய சாப்பாட்டைச் சாப்பிடுவதற்கு ஆளில்லை. ஆயிரம் பேருக்குச் சொன்ன சாப்பாடு ஈ மொய்த்துக் கொண்டிருந்தது. கந்தனும் சாந்தியும் மட்டுமே அங்கு மிஞ்சினார்கள். 'தம்பி வீட்டுல ஒரு வாரம் டேரா போடப் போறோம்' என்று சொல்லிக் கொண்டு வந்த அண்ணன்கள் கூட, அந்தச் சூழல் பிடிக்காத அண்ணிகளின் அதிகாரத்தால் புறப்பட்டுப் போனார்கள். போகும் போது சாந்தி வாங்கிக் கொடுத்த புடவையை மறக்காமல் எடுத்துப் போனார்கள்.

'என்னங்க முடிவு பண்ணியிருக்கிங்க..' என்றுவிட்டு 'நைட்ல லேட்டா வந்திங்கன்னா என்னாலயேகூட இந்த வீட்டுல தனியா இருக்க முடியாது போலிருக்கே....' எனப் பயத்துடன் கூறினாள் சாந்தி. கந்தன் சற்று நிதானித்து, 'அதுக்காகக் கட்டின வீட்டை இருளடைஞ்சு போவ வைக்க முடியுமா.. ஒரு வாரம் நாம இங்க இருப்போம்.. அதுக்கப்புறம் என்ன பண்ணலாம்ன்னு யோசிப்போம்.. ப்ளீஸ் நீயும் மத்தவங்க மாதிரி பேசி என்னை நோக அடிக்காத.. நானே ரொம்ப நொந்து போயிருக்கேன்..' என்று கூறினான். சாந்தி 'சாரிங்க..' என்றாள் அவனது மனதைப் புரிந்து கொண்டவளாக.

ஆனால், அன்றிரவே அவளுக்குத் தூக்கம் வரவில்லை. விழித்த படியே படுத்திருந்தாள். ஒரு வார உழைப்பு கந்தனுக்குப் படுத்ததுமே தூக்கம் வந்துவிட்டது. அவன் நன்றாகத் தூங்கி விட்டிருந்தான். அவளது கண்களில் காலையில் போன அந்தப் பிணத்தின் உருவம் மறையாமல் அப்படியே இருந்தது. காதில், அந்தத் தப்பு சத்தம் ஓயாமல் கேட்டுக் கொண்டிருந்தது. அவையிரண்டும் அவளது மனதை என்னவோ செய்தது. திடீரென்று, மாடியில் யாரோ குடுகுடுவென்று ஓடுவது போலிருந்தது. சுடுகாட்டிற்கு பக்கத்திலிருந்து நாய் குரைக்கிற சத்தமும் கேட்டது. அவளுக்குத் திக்திக் என்றிருந்தது. பயத்தில் உடம்பு வியர்த்தது. அதற்கு மேல் தைரியமில்லாதவளாக கந்தனை எழுப்பி விஷயத்தைச் சொன்னாள். அவன் 'என்ன உளறுற.. பேயாவது பிசாசாவது.. பேசாமப் படு..' என்றான் தூக்கம் கலையாதவனாக. அவள் 'நிஜமாத்தான்ங்க சொல்றேன்..' என

அவனை உசுப்பினாள். அவன் தூக்கத்தைக் கலைத்து எழுந்து உட்கார்ந்தான். நாய் குரைக்கும் சத்தம் அவனுக்கும் கேட்டது. 'நாய்.. பேய் போனாதான்னு இல்ல.. ராத்திரில மனுஷங்க போனாகூட குரைக்கும்..' எனத் தைரியம் சொன்னான். மாடியில் குடுகுடு சத்தம் இப்போது கேட்கவில்லை. 'எதாவது பெருச்சாளியோட வேலையா இருக்கும்.. பேசாமப் படு..' என்று விட்டு அவளை இழுத்தணைத்துக்கொண்டு படுத்துக் கொண்டான்.

இப்படியாக ஒரு வாரம் நகர்ந்தது. சாந்தி நிம்மதியில்லாமல் போனாள். இந்த ஒரு வாரத்தில் மேலும் ஆறு பிணங்கள் அவர்களது வீட்டைக் கடந்து போனது. இப்போதெல்லாம் அந்த வீட்டில் பகலில் இருப்பதற்கே அச்சமாக இருந்தது. அருவருப்பாகவும் இருந்தது. போன பிணம் அடுத்த அரை மணி நேரத்தில் தனது வீட்டை நோக்கி நடந்து வருவது போலவே இருந்தது. காதில் ஒலிக்கும் தப்பு சத்தமும், மூக்கில் அடிக்கும் பிண நாற்றமும் அங்கு நிரந்தரமாகிப் போனது. அதைத் தவிர்த்து, அவர்களால் வாழ முடியவில்லை. சில சமயம் கந்தனுக்கே குமட்டிக் கொண்டு வந்தது. வாஷ் பேஷனுக்கு ஓடி வாந்தி எடுப்பான். ஒரு வாரம் கழிந்ததும், சாந்தி கந்தனிடம் 'இனி ஒரு நிமிஷம் கூட என்னால இங்க இருக்க முடியாதுங்க..' எனக் கூறினாள்.

கந்தன், வீட்டை விற்று விடலாம் என்ற முடிவுக்கு வந்தான். பேப்பரில் சின்னதாக ஒரு விளம்பரம் கொடுத்தான். வீட்டைப் பார்க்க வந்தவர்கள் எல்லாம், பக்கத்தில் சுடுகாடு இருப்பதை அறிந்து, வேண்டாம் என விலகி ஓடினார்கள். ஒரு சிலர், அடி மாட்டு ரேட்டுக்கு விலை கேட்டனர். அதைக் கேட்டதும் கந்தனின் கண்களில் கண்ணீர் வந்தது. 'சரி, எப்படியும் காலப்போக்கில் இன்னும் சில வீடுகள் இந்த இடத்தில் வந்து விடும்.. அப்போது விற்றுக் கொள்ளலாம்.. இப்போதைக்கு வாடகைக்கு விடலாம்' என முடிவெடுத்தான். அதற்கும்கூட யாரும் முன் வரவில்லை. அவனுக்கு ஆத்திரமாக வந்தது. ஜே சி பி மிஷினைக் கொண்டு வந்து இடித்து விடலாமா என்று கூடத் தோன்றியது. அப்போதுதான் அந்த சுடுகாட்டை நிர்மாணிப்பதற்கு அரசாங்கத்துக்கு ஒரு ஆபீஸ் தேவைப்பட்டது. கந்தன் வீட்டை வாடகைக்கு விடப்போவது தெரிந்து, அரசாங்கம் அந்த வீட்டை ஆபீசுக்காக எடுத்துக் கொள்வதாகக் கூறியது. வேறு வழியின்றி கந்தன் அதற்கு சம்மதித்தான். வாடகைப் பேசி முன் பணம் கொடுத்து ஒப்பந்தம் போட்டார்கள். அதில் கையெழுத்திட்டபோது, அவனுக்கு அழுகை பொங்கி வந்தது. 'தனது ஆசை நிராசையாகி விட்டதே.. இந்த நிலைமை தன் எதிரிக்குக் கூட வரக்கூடாது' என நினைத்துக் கொண்டான்.

3
நினைவின் மறுபுறம்

எங்கள் கம்பெனியின், சில்வர் ஜூப்ளி ஃபங்ஷனில், நண்பன் சதீஷை ஆறு வருடங்களுக்குப் பிறகு சந்தித்தேன்.

கோயம்புத்தூரிலுள்ள ஒரு பிரைவேட் காலேஜில் நான் 'பி.காம்' படிக்கும் போது, சதீஷ் வேறொரு காலேஜில் பி.எஸ்ஸி படித்தான். இருவருக்கும் ஒரே பஸ் ரூட். அதனால், பஸ்ஸில் நண்பர்களானோம். அதே பஸ்ஸில்தான் தேன்மொழியும் பயணமாவாள். ஆனால், அவள், பி. என் பாளையத்தில் உள்ள ஒரு கம்ப்யூட்டர் சென்ட்டரில், ஹார்டுவேர் சம்பந்தமான ஒரு கோர்ஸ் படித்தாள். அழகாக இருப்பாள். ஒருமுறை பார்த்தவர்களை, மீண்டும் ஒருமுறை பார்க்கத் தூண்டும் அழகு.

நானும் சதீஷும், அவளை ஒரே சமயத்தில் காதலித்தோம். ஆனால், நான் காதலிப்பது அவனுக்கும் அவன் காதலிப்பது எனக்கும் தெரியாது. அது பாட்டுக்கு உள்ளுக்குள் அமைதியாக நடந்து கொண்டிருந்தது. தேன்மொழியைப் பொருத்த மட்டில், எங்கள் இருவரிடமுமே சமமாகப் பழகினாள். திடீரென ஒருநாள், என்னிடம், தான் சதீஷைக் காதலிப்பதாகச் சொன்னாள். நான், அதிர்ச்சியடைந்தவனானேன். ஆனால், அதை அவளிடம் காட்டிக் கொள்ளவில்லை. அதற்குப் பதிலாக, அவளிடமிருந்து விலகி வர ஆரம்பித்தேன். சதீஷும் அவளும் காதலிக்க ஆரம்பித்தார்கள். பஸ், காதல் வாகனமானது. தியேட்டர், ஷாப்பிங் மால், ஹோட்டல் என ஒன்றாகத் திரிந்து தங்கள் காதலை வளர்த்துக் கொண்டார்கள்.

காலேஜ் முடிந்து, நான் ஊருக்குப் புறப்பட்டேன். புறப்படும் போது, சதீஷ், தேன்மொழி இருவரிடமும் 'டச்லயே இருங்கப்பா.. ஒரு வேளை அது முடியாமப் போயிட்டா, உங்க மேரேஜுக்காவது மறக்காமக் கூப்பிடுங்க..' என்று கூறி, விடை பெற்றேன். ஆரம்பத்தில் தொடர்பில் இருந்தவர்கள், போகப்போக விடுபட ஆரம்பித்தார்கள். அவர்களது திருமணத்திற்கும் என்னை அழைக்கவில்லை.

கையில் பியர் கிளாஸுடன் திரும்பிய சதீஷ், என்னைப் பார்த்ததும் ஆச்சரியப்பட்டான்.

30 / கலர் தாஜ்மஹால்

‘வாட் எ சர்ப்ரைஸ்..’ என்று சந்தோஷமாகக் கூறி ‘எப்படி மச்சான் இருக்க..’ எனக் கேட்டேன். அன்பு மிகுதியாகும் போதெல்லாம் அவனை நான் அப்படித்தான் அழைப்பேன்.

‘நல்லாருக்கேன்டா.. நீ எப்படி இருக்க..’

‘ம்.. குட்..’

‘மேரேஜ்..?’

‘ஆயிடுச்சு.. ஒய்ஃப் பேரு லதா.. சிதம்பரம் பக்கம்.. ஒரு பையன், நித்தீஷ்.. யூகேஜி படிக்கிறான்..’ எனப் பதிலளித்து விட்டு ‘ஆமாம் நீ எப்படி இந்த பார்ட்டில..’ எனக் கேட்டேன்.

‘போன மாசம்தான் உங்க கம்பெனியோட பெங்களூரு பிராஞ்சுல ஜாயின்ட் பண்ணினேன்..’

‘ஓ.. அப்படியா.. சூப்பர்..’ என்று கூறி, ‘தேன்மொழி எப்படி இருக்கா.. மேரேஜுக்குக் கூட என்னை இன்வைட் பண்ணலியே...’ எனக் கேட்டேன்.

அவன் முகம் சட்டென்று இறுக்கமானது. கையில் வைத்திருந்த பியரை ஒரே மடக்கில் குடித்து முடித்து ‘இல்லடா.. எனக்கும் அவளுக்கும் கல்யாணம் ஆகல..’ என்றான் விரக்தியோடு.

அந்த வார்த்தை, என் காதிற்குள் நெருப்புத் துண்டுகளாக இறங்கியது.

‘என்ன மச்சான் சொல்ற..’

‘ஆமான்டா.. அவ அப்பன், எங்க லவ்வ அக்ஸப்ட் பண்ணிக்கல.. அதையும் மீறி, அவ என் கூட வாழணும்ன்னு நினைச்சா, குடும்பத்தோட சூசைட் பண்ணிக்குவேன்னு த்ரட்டன் பண்ணிட்டான்.. நா அவளுக்கு தைரியம் சொன்னேன்.. அவ கேக்கல.. எங்க அப்பா அம்மாவ மீறி, என்னால உங்க கூட வந்து சந்தோஷமா வாழ முடியாது அப்படின்னு சொல்லி மறுத்துட்டா.. தைரியம் இல்லாத நீயெல்லாம் எதுக்குக் காதலிச்சேன்னு சொல்லித் திட்டிட்டு நானும் விலகி வந்துட்டேன்..’

காதிற்குள் இறங்கிய அந்த நெருப்புத் துண்டு, இப்போது இதயத்திற்குள் இறங்கியது.

‘என்னடா சொல்ற.. என்னால நம்பவே முடியலியே..’

‘தேன்மொழி என்னை விட்டுப் போவான்னு நானும் எதிர்ப்பார்க்கலியே....’

அவனது கண்களில் நீர் வரத் தொடங்கியது.

‘அப்புறம்..’

‘அப்புறம் என்ன.. கொஞ்ச நாள், அவ நினைவா திரிஞ்சுட்டு இருந்தேன்.. எதுலயும் ஒரு பிடிப்பு இல்ல.. சமயத்துல செத்துடலாமான்னு கூடத் தோணும்.. அப்பல்லாம் என் அம்மாதான் எனக்கு தைரியம் சொன்னா.. அவ மட்டும் இல்லன்னா நா என்றைக்கோ செத்துருப்பேன்....’

எனது கண்களிலும் நீர் வர ஆரம்பித்தது.

‘அதுக்கப்புறம் .. எங்க அம்மாவோட வற்புறுத்தலால, வேறொரு பொண்ணைக் கல்யாணம் பண்ணிக்கிட்டேன்.. என்னைப் பொறுத்த வரைக்கும், அதை ஒரு முழுமையான கல்யாணம்னு சொல்ல மாட்டேன்.. அவங்க விருப்பத்துக்காகப் பண்ணிகிட்டது... எஸ்.. அவ பேரு தமிழ்ச்செல்வி.. எம்பிஏ ஃபஸ்ட் கிளாஸ்ல பாஸ் பண்ணி யிருக்கா.. நல்ல வசதியான குடும்பத்துப் பொண்ணு.. அவளை மேரேஜ் பண்ணிக்கிட்டதுக்கு ஆதாரமா, இப்போ எங்களுக்கு ஒரு பெண் குழந்தை இருக்கு..’

‘தமிழ்ச்செல்வி இங்க வந்துருக்காங்களா..’

‘ம்..’ என்று கூறி, தனது செல்ஃபோனை எடுத்து, அவளது நம்பருக்கு டயல் செய்து ‘தமிழ், ஒரு நிமிஷம் இங்க வந்துட்டுப் போயேன்..’ என்றான். சிறிது நேரத்தில் தமிழ்ச்செல்வி வந்தாள். ‘திரிஷ்யம்’ மீனாவை நினைவுபடுத்தினாள். சிரிப்புகூட அப்படியே இருந்தது. அவளது இடுப்பில், அவர்களது அந்தக் குழந்தை ஒட்டிக் கொண்டிருந்தது. சதீஷ் என்னை அவளுக்கு அறிமுகப்படுத்தினான். அவள் ஆச்சாரியமாகப் பார்த்தாள். பின் ‘உங்களைப்பத்தி சொல்லிட்டே இருப்பார்.. பார்த்ததுல ரொம்ப சந்தோஷம்..’ என்றாள். நான் குழந்தையின் கன்னத்தைக் கிள்ளி முத்தமிட்டேன். பின், வேறு யாரோ அவளை அழைக்க, ‘உங்க ஃபிரண்ட் கூட பேசிட்டு இருங்க.. இதோ வந்துடுறேன்..’ என்று கூறி அங்கிருந்து நகர்ந்தாள்.

சதீஷ், ‘பாத்தியா.. எவ்வளவு டீசன்ட்டா நடந்துக்குறான்னு.. அது மட்டுமில்ல, அறிவு, அழகு, ஏன் பணத்துலயும் கூட, தேன்மொழிய

விட ஒரு படி மேலதான்.. இப்படி, எல்லாமே நான் எதிர்பார்த்ததுக்கும் மேலாதான் அமைஞ்சுருக்கு.. ஆனா, தேன்மொழிய நா மேரேஜ் பண்ணியிருந்தேன்னு வையேன்.. இந்த லைஃப்ல நூறு சதவிகித சந்தோஷம்னா, அந்த லைஃப்ல, நூத்தி பத்து சதவிகித சந்தோஷம் இருந்துருக்கும்.. அந்த பத்து சதவிகித சந்தோஷம் இந்த லைஃப்ல மிஸ்ஸிங்தான்..' என்றான் ஒரு பேரிழப்பைச் சந்தித்த துயரத்துடன்.

நான் கலக்கத்துடன், 'ஸாரி மச்சான்..' என்று கூறி, 'தேன்மொழிய மறுபடியும் எங்கயாவது மீட் பண்ணியா..' எனக் கேட்டேன்.

'பண்ணேன்டா..'

எனக்கு ஆச்சரியமாக இருந்தது.

'எங்க மீட் பண்ண.. அவகிட்ட பேசினியா..'

'ஒரு வருஷத்துக்கு முன்னால, கம்பெனி வேலையா மலேஷியா போயிருந்தேன்.. ஒரு நாள், ஒர்க் முடிஞ்சு, பிரிக் ஃபீல்டுல இருக்குற ஒரு ரெஸ்டாரென்ட்டுக்கு டின்னர் சாப்பிட வந்துருந்தேன்.. அந்த சமயம் வாசல்ல ஒரு கார் வந்து நின்னுது.. அதுலேருந்து தேன்மொழி, அவளோட ஹஸ்பெண்ட், குழந்தைங்க, மாமனார், மாமியார்ன்னு எல்லோரும் இறங்குனாங்க.. அவளோட ஹஸ்பெண்ட் ஏதோ ஜோக் அடிச்சுருப்பான் போலிருக்கு.. அவ பயங்கரமா சிரிச்சா.. அவளைப் பாத்ததும் நா திகைச்சுப் போய்ட்டேன்.. அவங்க ரெஸ்டாரென்டுக்குள்ள வந்தாங்க.. நா சட்டுன்னு மெனு கார்டை வச்சு என் முகத்தை மறைச்சுகிட்டேன்.. என்னை கிராஸ் பண்ணி வேறொரு டேபிள்ல போய் உட்கார்ந்தாங்க.. உட்கார்ந்ததுக்கப்புறமும் சிரிப்பு அடங்கல.. எனக்கு, அவகிட்ட போய்ப் பேசலாமான்னு ஒரு நிமிஷம் ஆசையா இருந்துச்சு.. ஆனா அடுத்த நிமிஷமே வேணாம்ன்னு முடிவு பண்ணிட்டேன்... ஏன் தெரியுமா? அது, தேவையில்லாம பழைய சம்பவங்களை நினைவுக்கு கொண்டு வரும்.. அது, அவளோட இந்த லைஃபை, டிஸ்டர்ப் பண்ணும்.. அதோட, நா எப்படி தமிழ்ச்செல்விய கல்யாணம் பண்ணிகிட்டு காம்ப்ரமைஸோட வாழப் பழகிகிட்டேனோ, அதுமாதிரி அவளும் வேறொருத்தரை கல்யாணம் பண்ணிகிட்டு அதே காம்ப்ரமைஸோட வாழப் பழகிகிட்டான்னு புரிஞ்சுடுச்சு.. அதுக்கப்புறமும் அவளை டிஸ்டர்ப் பண்றது நியாயமில்ல.. அதான், அவ அப்படியே சந்தோஷமா இருந்துட்டுப் போகட்டும்னு நினைச்சு, அந்த ரெஸ்டாரென்ட்டை விட்டு வெளில வந்துட்டேன்..'

நான் அவனைப் பெருமையாகப் பார்த்தேன்.

‘ரொம்ப மெச்சூர்டா முடிவுவெடுத்துருக்கடா.. வேற யாரா இருந்தாலும், தான் லவ் பண்ண பொண்ணை, இத்தனை வருஷம் கழிச்சு, இவ்வளவு தூரத்துல வச்சுப் பாக்கும்போது, அவகூடப் போய் பேசணும்ன்னுதான் நினைப்பாங்க.. ஆனா, நீ அப்படிப் பண்ணலைங்கறதை நினைக்கும்போதுப் பெருமையா இருக்கு.. அதுலயும், அவ அந்த சந்தோஷத்தோடயே இருந்துட்டுப் போகட்டும்னு நினைச்ச பாரு.. அங்கதான் நீ உயர்ந்து நிக்குற..’

‘அவ அப்படி நல்லா இருக்கணும்ன்னு நினைக்குறதுதான், நா அவளை லவ் பண்ணுனதுக்கான அடையாளமா இருக்க முடியும்...’

‘சத்தியமா மச்சான்..’

அதன் பின், இருவரும் சிறிது நேரம் எதுவும் பேசிக் கொள்ள வில்லை. அந்த அமைதி தேவையானதாக இருந்தது. இரண்டு மூன்று கிளாஸ் பியரை மட்டும் காலி செய்தோம்.

பார்ட்டி முடிந்தது. எம்டி, வந்திருந்த அனைவருக்கும் நன்றி கூறினார்.

நான், சதீஷிடம் எனது அட்ரஸைக் கொடுத்து ‘தமிழோட ஒரு நாள் வீட்டுக்கு வாடா..’ என்றேன். அவனும், தனது கார்டை என்னிடம் கொடுத்து ‘நீயும் பெங்களூரு வந்தா வீட்டுக்கு வா..’ என்றான். பின், ‘நான் தேன்மொழிய மலேஷியாவுல பார்த்த மாதிரி, நீ எங்கேயாவது அவளைப் பாத்தேன்னா, என்னை இங்க பாத்ததாகவோ, நான் பெங்களூருல இருக்குறதாவோ சொல்லாத.. அவ, இப்ப எப்படி சந்தோஷமா இருக்காளோ, அதே மாதிரி எப்பவுமே இருந்துட்டுப் போகட்டும்..’ என்றான். நான் அவன் கைகளை பற்றிக் கொண்டு ‘சொல்ல மாட்டேன் மச்சான்.. உன் நல்ல மனசு எனக்குப் புரியுது..’ என்றேன்.

வீட்டிற்கு வந்தேன். அவனது நினைவாகவே இருந்தது. என் மனைவி ‘என்னாச்சுங்க.. பார்ட்டில எதாவது பிராப்ளமா.. வந்ததுலேருந்து உம்முன்னே இருக்கிங்க..’ எனக் கேட்டாள். நான் நடந்த விஷயங்கள் அத்தனையையும் கூறினேன். அவள் வாயடைத்துப் போய் நின்றாள். பின் ‘அந்த தேன்மொழியா நான் இருந்துருந்தேன்னா, எவ்வளவு எதிர்ப்பு வந்துருந்தாலும், அத்தனையையும் மீறி சதீஷைக் கல்யாணம் பண்ணியிருப்பேன்..’ என்றாள்.

மறுநாள் ஆபீஸ் வந்தபோது, எம்.டி என்னை அழைத்து ‘நெக்ஸ்ட் வீக், நீங்க மலேஷியா போறீங்க..’ என்றார்.

34 / கலர் தாஜ்மஹால்

‘என்ன விஷயம் சார்..’ தயக்கத்துடன் கேட்டேன்.

‘அங்க ஒரு பிராஞ்ச் ஓப்பன் பண்றதுக்காக, என் ஃபிரண்ட்ஸ்கிட்ட இடம் பார்க்கச் சொல்லியிருந்தேன்.. அவங்க பார்த்துட்டாங்களாம்... அந்த இடத்தை நீங்க போய்ப் பார்த்து, நமக்கு சூட் ஆகுமான்னு தெரிஞ்சுட்டு வரணும்..’

‘சூப்பர் சார்.. போயிட்டு வரேன்..’

மலேஷியன் எம்பஸி. விசா எடுப்பதற்காக வந்திருந்தேன். அப்போது வாசலில் ஒரு கார் வந்து நிற்க, அதிலிருந்து தேன்மொழி இறங்கி உள்ளே வந்தாள். இது கனவா அல்லது நிஜமா? அவள், அருகில் வர, நிஜம்தான் எனப் புரிய ஆரம்பித்தது. உடம்பு கொஞ்சம் பூசினாற் போலிருந்தாள். டிரஸ்ஸிலும், அவள் அணிந்திருந்த நகைகளிலும் பணக்காரத்தனம் தெரிந்தது. அருகில் வந்தவள், என்னைக் கவனிக்காமல் கடந்து செல்ல, நான் ‘தேன்மொழி..’ எனக் கூப்பிட்டேன். சத்தம் கேட்டு திரும்பியவள், ஆச்சரியப்பட்டு ‘எப்படிய்யா இருக்க.. நாம பார்த்து ஆறு வருஷம் ஆகுது இல்ல..’ என்றாள்.

‘ஆமாம்..’

‘கல்யாணம் ஆயிடுச்சா.. எத்தனை குழந்தைங்க..’

‘ஆயிடுச்சு.. ஒரு பையன்..’

‘ஓ நைஸ்..’ என்று கூறியவள், ‘எனக்கும் கல்யாணம் ஆயிடுச்சு.. என்னோட ஹஸ்பென்ட் ஒரு மலேஷியன்.. அங்க ஐ.டி கம்பெனி வச்சுருக்கார். கோலாலம்பூர்ல வீடு.. எட்டு கிரவுண்டுல வளைச்சு வளைச்சு கட்டப்பட்ட வீடு.. யார் எந்த ரூம்ல இருக்காங்கன்னே தெரியாது.. எதாவது ஒண்ணுன்னா ஹேன்ட் ஃபோன் மூலமாதான் கூப்பிட்டு தெரிஞ்சுக்கணும்.. அதேமாதிரி, போர்ட்டிக்கோவுல ஆறேழு கார் நின்னுகிட்டே இருக்கும்.. புது மாடல்ன்னு ஒண்ணு வந்துடக்கூடாது.. அதை உடனே என் ஹஸ்பெண்ட் வாங்கி நிறுத்திடுவாரு.. எதையாவது ஆசைப்பட்டு வாங்கணுமேங்குற கவலையவிட, இதை வாங்காம விட்டுடலாமேங்கற கவலைதான் எனக்கு அதிகமா இருக்கும்..’ என்று சொல்லிச் சிரித்தவள், சட்டென்று நிதானித்து, ‘ச்சே.. என் ஸ்டேட்டஸப் பத்தியே சொல்லிகிட்டு இருக்கேன் பாரு.. நா ஒரு சரியான முண்டம்..’ என்று கூறி, ‘எனக்கு ரெண்டு குழந்தைங்க.. மாமனார் மாமியாரும் என் கூடதான் இருக்காங்க.. தங்கமா பார்த்துப்பாங்க..’ என்றாள்.

‘சூப்பர்.. நா நினைச்சதை விட நீ சந்தோஷமாதான் இருக்க..’ என நான் முடிப்பதற்குள், அவளது கண்களிலிருந்து நீர் வரத்தொடங்கியது.

‘ஏய்.. என்னாச்சு..’

‘இல்ல.. இதெல்லாம் சந்தோஷம் இல்ல.. என் லைஃப்ல எது கிடைச்சுருந்தா, இல்ல எது நடந்துருந்தா, நா சந்தோஷப் பட்டிருப்பேன்னு உனக்கு நல்லாத் தெரியும்.. அது நடக்கல.. அதுலேருந்து வெளில வர எவ்வளவு சிரமப்பட்டேன்னு எனக்குத்தான் தெரியும்.. எல்லாம் இருந்துச்சு.. ஆனா எதையும் அனுபவிக்கற மனசு, என்கிட்ட இல்லாமப் போயிடுச்சு.. திடீர் திடீர்ன்னு, என் ஹஸ்பெண்டும், மாமனார் மாமியாரும் எனக்கு அந்நியமாத் தெரிவாங்க.. நா எதுக்கு இவங்க கூட எல்லாம் வாழணும்னு தோணும்.. அவங்க அன்பாப் பேசுறப்பல்லாம் எனக்கு எரிச்சலா வரும்.. அதுல ஒரு வார்த்தைகூட உள்ள இறங்காது.. இவங்க யாரோ, நா யாரோன்னுதான் நினைச்சுக்குவேன்.. எல்லாத்தையும் உதறி எறிஞ்சுட்டு, அப்படியே இந்தியாவுக்கு ஓடி வந்துட மாட்டோமான்னு இருக்கும்.. இப்படியே கொஞ்ச நாள் நீடிச்சுது.. அப்புறம், முதல் குழந்தை பொறந்ததும், நிலமை மாறி, அவங்க மேல எல்லாம் பற்று வர ஆரம்பிச்சுது..’ என்று சொல்லி அழ ஆரம்பித்தாள்.

நான் தர்ம சங்கடமானேன்.

அப்போது, சுருள் தலையுடன், ஸ்டெயில் கிளாஸ் அணிந்த ஒருவன், எங்களை நோக்கி வந்தான். அவனைப் பார்த்ததும், தேன்மொழி சட்டென்று அழுவதை நிறுத்திக் கொண்டு, கண்களைத் துடைத்துக் கொண்டாள். அவன் எங்கள் அருகில் வந்ததும் ‘இவர்தான் என் ஹஸ்பெண்ட்.. நேம் சுப்ரா..’ என அறிமுகப்படுத்தினாள். நான் யார் என்பதையும் எடுத்துச் சொல்லி அவனுக்குப் புரிய வைத்தாள். அவன், ‘ஓ.. நைஸ்..’ என்றான் ஆச்சர்யமாக. பின் அவளிடம் ‘போவலாமா..’ என்றான். தேன்மொழி, தனது கார்டை எடுத்து என்னிடம் கொடுத்து ‘மலேஷியா வந்தா அவசியம் வீட்டுக்கு வா.. ஏர்போர்ட்ல இறங்கி ஒரு போன் பண்ணினா போதும்.. நானே வந்து கூட்டிகிட்டு வந்துடுவேன்..’ என்று கூறி அவனுடன் புறப்பட்டுச் சென்றாள்.

நான் அடுத்த கணமே சதீஷுக்கு போன் பண்ணி ‘மச்சான் இன்னிக்கு தேன்மொழிய பார்த்தேன்டா..’ என்றேன்.

அவனிடமிருந்து பதில் இல்லை.

‘என்னடா லையன்லதான இருக்க..’

‘ஆ..மாம்....’ என்று கூறி ‘என்னடா சொல்ற.. அவளை எங்க நீ பார்த்த.. அவகிட்ட என்னைப்பத்தி எதுவும் சொல்லிடலியே..’ எனக் கேட்டான்.

‘மூச்சு விடல.. அதான் ஏற்கனவே சொல்லிட்டியே.. ஆனா, அவளும் உன்னைப் பத்தி ஒரு வார்த்தை கேக்கல.. கேக்கலயே ஒழிய, நா சொன்ன ஒரு வார்த்தையக் கேட்டு, அழ ஆரம்பிச்சுட்டா.. இன்னும் அவ உன்னை மறக்கலைங்கறதையும், அவ மனசுல நீ இருந்துட்டு இருக்குறங்கறதையும் அவளோட அந்த அழுகை மறைமுகமா வெளிப்படுத்திடுச்சு..’ எனச் சொல்லி முடிக்க, எனக்கு அழுகை வந்தது. சிறிது நேரத்தில் அவன் தேம்பி அழும் சத்தம் கேட்டது. பின் ‘பழசெல்லாம் ஞாபகத்துக்கு வந்துருந்தா பரவா யில்லன்னு, அன்னிக்கு அவளை நா மீட் பண்ணியிருக்கணும்டா.. பண்ணியிருந்தேன்னா, இன்னிக்கு ஒருவேளை, அவ கண்ணுல இந்தத் தண்ணி வராம இருந்துருக்கும்.. சே.. தப்பு பண்ணிட்டேன்..’ என்று சொல்லி மேலும் அழ ஆரம்பித்தான்.

அழட்டும். நன்றாக அழட்டும். மனதில் ஏற்படும் வலியைப் போக்க, அது ஒன்றுதானே சிறந்த மருந்து.

4

மாயக்கண்ணாடி

மொரிஷியஸ் தீவு அழகு என்றால், அதைவிட அழகாக இருந்தாள் அங்கு நான் சந்தித்த கவிதா.

ஒரு சுகர் ஃபேக்டாரியில், முப்பது நாள் டிரெயினிங்கிற்காக, சென்னை ஆபீஸிலிருந்து அங்கு அனுப்பி வைக்கப்பட்டிருந்தேன். மக்கள் உபயோகிக்கும் இடங்களைத் தவிர, மீதி இடம் முழுவதும் கரும்பையே பயிரிட்டிருந்தார்கள். அந்த மண்ணிற்கும், கரும்பிற்கும் அப்படி ஒரு காதல் போலிருக்கிறது. செழுமையாக வளர்ந்து நின்றது.

ஒரு ஞாயிற்றுக்கிழமை, விடுமுறை என்பதால், மொரிஷியஸின் தலைமைப் பகுதியான போர்ட் லூயிஸ் போயிருந்தேன். உயரமான கட்டிடங்களும், பொரிய கடைகளும், துறைமுகமும் அங்கு இருந்தது. மக்கள் குடும்பம் குடும்பமாக ஷாப்பிங் பண்ணிக் கொண்டிருந்தார்கள். வெளிநாட்டிலிருந்து வந்திருந்த ஹனிமூன் தம்பதிகள் அங்கங்கு நின்று கன்னத்தோடு கன்னம் உரசி செல்ஃபி எடுத்துக் கொண்டிருந்தார்கள். இரண்டு மணி நேரமாக அலைந்து திரிந்ததில் எனக்குச் சிறுநீர் கழிக்க வேண்டும் போலிருந்தது. ரெஸ்ட் ரூம் எங்கிருக்கிறது எனத் தெரியாமல், அதை யாரிடம் கேட்பது என்று தெரியாததால் தவித்துக் கொண்டிருந்தேன். காரணம் அங்குள்ளவர்கள் ஒன்று மொரிஷியஸ் லாங்வேஜில் பேசுகிறார்கள். அல்லது இந்தியில் பேசுகிறார்கள். எனக்கு இரண்டு மொழிகளும் தெரியாது.

அப்போதுதான் கவிதாவைப் பார்த்தேன். போனில் யாருடனோ தமிழில் பேசிக் கொண்டிருந்தாள். அவள் பேசி முடிக்கும் வரை அவளையே பார்த்தபடி காத்திருந்தேன். கீர்த்தி சுரேஷ் சாயலில் இருந்தாள். கீர்த்தி சுரேஷை விடவும் சற்று உயரமாக இருந்தாள். பேசி முடித்து போனை கட் பண்ணியவள், அவளையே பார்த்துக் கொண்டிருக்கும் என்னைப் பார்த்தாள். அந்தப் பார்வையில் சற்று எரிச்சல் தெரிந்தது.

‘எதுக்காக அப்படி என்னைப் பாத்துகிட்டு இருக்கீங்க.. உங்களுக்கு என்ன வேணும்..’ என ஆங்கிலத்தில் கேட்டாள்.

‘இங்க பக்கத்துல ரெஸ்ட் ரூம்..’

‘ஓ.. தமிழா..’

‘அதனாலதான் உங்களையே பார்த்துகிட்டு இருந்தேன்.. மத்தவங்ககிட்ட கேக்கலாம்னா மொழிப் பிரச்சனை..’

‘நீங்க மொரிஷியஸுக்குப் புதுசா..’

‘ஆமாம்..’

‘நானும் புதுசுதான்.. ஆனாலும் ரெஸ்ட் ரூம் இருக்குற இடம் தெரியும்.. இப்படியே நேரா போனிங்கன்னா ஒரு வெஜிடெபிள் மார்க்கெட் வரும்.. அதுக்குள்ள நுழைஞ்சு லெப்ட் சைடு திரும்புனா ரெஸ்ட் ரூம் வரும்..’

‘தாங்ஸ்..’ என்று கூறி அவள் காட்டிய திசையில் நடக்க ஆரம்பித்தேன். அவளது அழகு, என்னை நிழலாகத் தொடர்ந்து வந்தது. மார்க்கெட்டில் நுழைந்தேன். ரெஸ்ட் ரூம் இருந்தது. சிறுநீர் கழித்து விட்டு, மீண்டும் அவள் நின்ற இடத்திற்கு வந்தேன். மறுபடியும் வேறு யாருடனோ பேசிக் கொண்டிருந்தாள். என்னைப் பார்த்ததும் போனை கட் பண்ணி விட்டு ‘என்ன போனிங்களா.. இப்ப நிம்மதியாப் போச்சா..’ எனக் கேட்டாள். ‘பரம நிம்மதி..’ என்றேன். மேலும் ‘நீங்க எப்படி இங்க.. தமிழ் பேசுற உங்களைப் பார்த்ததும் அவ்வளவு சந்தோஷமாப் போச்சு..’ எனக் கேட்டேன்.

‘சொந்த ஊர் ராணிப்பேட்டை.. இப்ப தரமணில இருக்குற ஒரு ஐடி கம்பெனில, சாஃப்ட்வேர் இன்ஜினியரா ஒர்க் பண்றேன்.. ஆபீஸ் வேலையாதான் இங்க வந்துருக்கேன்.. டூ வீக்ஸாகுது.. இன்னும் டூ வீக்ஸ் இங்க இருப்பேன்..’

‘நானும் சென்னையிலதான் இருக்கேன்.. சேலத்துல இருக்குற ஒரு சுகர் ஃபேக்டரியோட ஹெட் ஆபீஸ் நுங்கம்பாக்கத்துல இருக்கு.. அதுல சேல்ஸ் எக்ஸிக்யூட்டிவா இருக்கேன்..’

‘ஓ.. அப்படியா..’

‘உங்க பேர் என்னன்னு நா தெரிஞ்சுக்கலாமா..’

‘கவிதா..’

‘நைஸ் நேம்..’

‘நா சகுந்தலான்னு சொல்லியிருந்தாலும் உங்க பதில் அதுவாதான

இருந்துருக்கும்.. கரெக்டா..' என்று சொல்லிச் சிரித்தாள். நானும் சிரித்தேன்.

அன்று தொடங்கிய அந்த நட்பு, முக்குளி பீச், மலை மேல் இருக்கும் முருகன் கோவில், லைட் ஹவுஸ் ஏரியா என இரண்டு வாரத்திற்கு நீடித்தது. அந்த இரண்டு வாரத்தில், கவிதாவை நான் காதலிக்க தொடங்கியிருந்தேன். சுகர் ஃபேக்டரியில் வேலை என்றாலும், அவளைச் சந்திப்பதற்கு முன், லைஃப் இத்தனை இனிமையாக இருந்ததில்லை.

ஒருநாள் தயங்கித் தயங்கி அந்தக் காதலைப் வெளிப்படுத்தினேன்.

'கவிதா.. உன்னை எனக்கு ரொம்பப் பிடிச்சுருக்கு..'

'பிடிச்சுருக்குன்னா.. லவ் பண்றியா..'

'ஆமாம்..'

அவள் சத்தமாக சிரித்தாள். 'இப்படி என்கிட்ட ப்ரபோஸ் பண்ற மூணாவது ஆள் நீ..'

நான் புரியாமல் பார்த்தேன்.

'என்ன காரணத்துக்காக நீ என்னை லவ் பண்றேன்னு நான் தெரிஞ்சுக்கலாமா.. உண்மையை மறைக்காம சொல்லணும்..'

'நீ அழகா இருக்க கவிதா..'

'இதுக்கு முன்னால லவ்வ சொன்ன அந்த ரெண்டு பசங்களும் கூட இதே காரணத்தைதான் சொன்னாங்க..'

'அதுல என்ன தப்பு இருக்கு..'

'காதல், எந்த எதிர்பார்ப்பும் இல்லாம வரணும்ங்கறது என்னோட அபிப்ராயம்.. நா இதுவரைக்கும் யாரையும் லவ் பண்ணதில்ல.. அதுமாதிரி, ஒரு அழகான பையனைத்தான் லவ் பண்ணணும்ன்னும் நினைச்சதில்லை.. அது, எதாவது ஒரு பாய்ண்ட்ல, யார் கூடவாவது சிங்க் ஆயிடும்.. அப்ப இவன்தான் நம்மாளுன்னு மனசுக்குள்ள ஒரு பெல் அடிக்கும்.. அவன் குருடனாவோ, கை கால் இல்லாதவனாவோ கூட இருக்கலாம்.. ஆனா லைஃப் முழுக்க நம்பள சந்தோஷமா வச்சுக்குறதுக்குத் தகுதி உடையவனா இருக்கானான்னு தோனும்..'

'கவிதா, எனக்கு என்ன குறைச்சல்.. இந்த டூ வீக்ஸ்ல நா எதாவது தப்பா நடந்துகிட்டு இருக்கேனா..'

‘தப்பா நடக்கல.. ஆனா பிடிக்குற மாதிரியும் நடந்துக்கல.. எங்கயாவது ஒரு பாயிண்ட்ல அது நடந்துருந்தா, எனக்கும் உன் மேல நிச்சயமா லவ் வந்துருக்கும்..’

‘அப்ப பொய்யா நடிக்கணும்ங்குற..’

‘அது நீடிக்காது.. உண்மை தெரிய வரும்போது.. இதோ இப்ப நின்னு பேசிகிட்டு இருக்கோமே.. அது கூட இல்லாமப் போயிடும்..’

‘ஓகே கவிதா.. என்னை எப்படி ஆறுதல்படுத்திக்கிறதுன்னு எனக்குத் தெரியல.. இது என்னோட ஃபஸ்ட் லவ்.. சட்டுன்னு நீ மறுத்ததும் ரொம்ப ஷாக்கிங்கா இருக்கு.. எமோஷனலா இருக்கு.. இந்த உலகமே பிடிக்காமப் போன மாதிரி இருக்கு.. வாழ்றதெல்லாம் வேஸ்ட்டோன்னு தோணுது.. இதுலேருந்து எப்படி வெளில வரப்போறேன்னு தெரியல..’

‘அதுக்கு நா என்ன பண்ண முடியும்.. ஒரு ஃபிரண்டா உங்ககிட்ட ஜெனியூனாதான் பழகினேன்.. அதுக்கு மேல என் மனசுல எதுவும் தோணலையே..விருப்பம் இல்லாம ஒருத்தரை எப்படி லவ் பண்ண முடியும்.. உன் மனசுல தோன்றின அதே அளவுல என் மனசுலயும் தோன்றியிருந்துச்சுன்னா.. இந் நேரம் நீ இவ்வளவு பேச வேண்டிய அவசியம் இல்லை.. ஐ டூன்னு ஒத்தை வார்த்தையில முடிச்சுட்டு உன் கையப் பிடிச்சுருப்பேன்....’

‘நான் இன்னும் ரெண்டு நாள்ல சென்னைக்குப் புறப்படுறேன்..’

‘நீ இருக்குற மனநிலையில, ஹாப்பி ஜர்னின்னு என்னால சொல்ல முடியல.. அதனால நல்லபடியா போய் சேர்.. போனதும் கால் பண்ணு.. சென்னைக்கு வந்ததும் நானும் கால் பண்றேன்.. லவ் இல்லையேங்குறதுக்காக ஒரு ஃபிரண்ட்ஷிப்ப நசுக்கிட வேண்டாம்.. நா சொல்றதை அண்டர்ஸ்டேன்ட் பண்ணிக்குவேன்னு நினைக்குறேன்....’

‘ட்ரை பண்றேன்....’

இரண்டு நாட்களில் சென்னை வந்தேன். என்னை வரவேற்பதற்காக சுதா ஏர்போர்ட்டுக்கு வந்திருந்தாள். அவள் அப்படி வந்திருந்தது எனக்கு ஆச்சரியமாக இருந்தது. சுதா என்னுடன் ஆபீஸில் வேலை பார்ப்பவள். ஆபீஸ் நிமித்தமாக நாங்கள் இருவரும் நிறைய பேசியிருக்கிறோம். விவாதித்திருக்கிறோம். ஆனால் ஒருமுறை கூட பர்சனலாகப் பேசியதில்லை. அப்படியிருக்கும்போது, என்னை வரவேற்க அவள் எதற்காக வரவேண்டும் என்பது, என்னுடைய

கேள்விக்குறியாக இருந்தது. நான் டெஸ்பேட்ச் ஹாலை விட்டு வெளியில் வந்ததும், ஓடி வந்து என்னைக் கட்டிக் கொண்டாள். ‘ட்ரிப் எப்படி இருந்துச்சு..’ எனக் கேட்டாள். அவள் அப்படி நடந்து கொள்வாள் என நான் எதிர்பார்க்கவில்லை. என்னை வரவேற்க, ஆபீசிலிருந்து அவளை அனுப்பி இருக்கிறார்களா.. அல்லது அவளே புறப்பட்டு வந்திருக்கிறாளா என்பதும் புரியவில்லை. அதை நேரடியாகக் கேட்டாலும் அநாகரிகமான செயலாகி விடும். அதனால் அவள் கேட்டக் கேள்விக்கு மட்டும், ‘நைஸ்..’ என்றேன். எனது கையிலிருந்த ட்ராலியை வலுக்கட்டாயமாகப் பிடுங்கிக் கொண்டு ‘விடு.. நா தள்ளிகிட்டு வரேன்..’ என்றாள். நான் அவளைக் குழப்பமாகப் பார்த்தேன்.

‘என்ன பார்க்குற.. முப்பது நாள் நீ என்னை விட்டுப் பிரிஞ்சு போனதுக்கப்புறம்தான் உன்னோட அருமையே எனக்குப் புரிய ஆரம்பிச்சுது.. நீ இல்லாத அந்த வெறுமை, மகாக் கொடுமை.. ஆபீசுக்கு வர்றதுக்கே எனக்குப் பிடிக்கல.. யார் என்ன பேசினாலும் எரிச்சலா வரும்.. யாராவது எதாவது எக்ஸ்பிளைன் பண்ணினா, நீ அந்த இடத்துல இருந்து எக்ஸ்பிளைன் பண்ணினா எப்படி இருக்கும்னு தோணும்.. ஒருத்தருக்குக் கூட உன்கிட்ட இருக்குற அந்தத் தகுதி இல்ல.. நாம செய்ற வேலைய நேசிச்சு செய்யனும்ன்னு சொல்வியே, அது கரெக்ட்டுதான்னு அப்பதான் புரிஞ்சுது.. அடிக்கடி உன் சீட்டையே திரும்பிப் பார்த்துக்குவேன்.. எதாவது ஒரு அதிசயம் நடந்து, நீ உன் சீட்டுல திடீர்ன்னு வந்து உட்கார்ந்து, ‘ஹாய் சுதா’ன்னு கூப்பிட்டுட மாட்டியான்னு இருக்கும்.. அப்புறம் அதுதான் இல்லையேன்னு நினைச்சு, ஒவ்வொரு நாளையும் ரொம்ப சிரமப்பட்டு ஓட்ட ஆரம்பிச்சேன்.. ஒருநாள் நடுராத்திரில உனக்கு போன் பண்ணிட்டு லூசு மாதிரி எதுவும் பேசாம போனை வச்சனே.. அதுகூட உன்மேல ஏற்பட்ட அந்த ஈர்ப்பாலதான்..’

நான் அதிர்ச்சியுடன் அவளைத் திரும்பிப் பார்த்தேன். அவள் அதைக் கவனித்ததாகத் தெரியவில்லை. தனது காரைத் திறந்து எனது பெட்டியைத் தூக்கி அதில் வைத்தாள். முன் கதவைத் திறந்து அதில் என்னை ஏறிக் கொள்ளச் சொன்னாள். டிரைவர் சீட்டில் அவள் உட்கார்ந்து கொண்டாள். காரை ஸ்டார்ட் செய்து ஓட்டினாள். ஏர்போர்ட்டை விட்டு வெளியில் வந்ததும், ‘மொரிஷியஸ்லேருந்து எனக்கு என்ன வாங்கிட்டு வந்த.. நா இங்க, என்னையே உனக்கு கிஃப்ட்டா குடுக்குறதுக்குக் காத்துகிட்டு இருக்கேன்..’ என்றாள்.

எனக்கு என்ன பதில் சொல்வதென்று தெரியவில்லை. கவிதாவைக் காதலித்த அந்த அனுபவத்திலிருந்து இன்னும் வெளியில் வரவே இல்லை. அதற்குள், இவள் எதிர்பாராமல் வந்து நின்று, உன்னை காதலிக்கிறேன் என்கிறாள். என் மனதில் எழுகிற கேள்வி இதுதான். ஒருத்தி, உன் மேல் எனக்குக் காதல் இல்லை என்கிறாள்.. இன்னொருத்தி, ஒரு மாதம் பிரிந்ததில், உன் மேல் காதல் என்கிறாள். இந்த விசித்திரத்தை என்னவென்று சொல்வது. ஆனால், ஒரு விஷயம் நன்றாகப் புரிந்தது. கவிதா என்னை நிராகரித்ததில், நான் காதலிக்கவே தகுதியற்றவன் என நினைத்துக் கொண்டிருந்தேன். அது தவறு. என்னைக் காதலிப்பதற்குக் கவிதாதான் தயாராக இல்லை. இப்போது, அதே காதல், வேறொரு பக்கத்திலிருந்து கை நீட்டுகிறது. சுதா என்னை ஏற்றுக்கொள்ள, என் சம்மதத்தைப் பெறத் தயாராக இருக்கிறாள். விரும்பிய அவளை விட, விரும்புகிற இவள்தானே மேல். இருந்தாலும் சுதாவிடம் கேட்டேன்.

'சுதா.. எதுக்காக நீ என்னை லவ் பண்றேன்னு நா தெரிஞ்சுக்கலாமா..'

'ஃபஸ்ட் உன் பர்சனாலிட்டி.. அதுதான் முதல்ல என்னை அட்ராக்ட் பண்ணிச்சு.. ஆனா அது மட்டுமே ஒருத்தரை லவ் பண்ணப் போதாது.. அதுக்கு மேல கேரக்டரும் முக்கியம்.. அந்த வகையில பார்த்தா நீ அதுலயும் பாஸ்னுதான் சொல்வேன்.. ஒவ்வொருத்தர் மேலயும் நீ காட்டுற அன்பு, ஒவ்வொண்ணு மேலயும் நீ காட்டற அக்கறை, எல்லா இடத்துலயும் உன்னோட பிரசன்ஸ் முக்கியம்னு புரிய வச்சது.. இதெல்லாம்தான் உன் மேல லவ்வ வரவழைச்சது..'

என்னைப்பற்றி இவள் எவ்வளவு தூரம் புரிந்து வைத்திருக்கிறாளோ, அதே அளவில்தான் நான் கவிதாவைப் புரிந்து கொண்டதற்குப் பின்னால் என் காதலை வெளிப்படுத்தினேன். ஆனால் ஏனோ அவள் என்னைப் புரிந்து கொள்ளத் தவறி விட்டாள். அல்லது அவள் மனதில் இருக்கும் பிம்பத்திற்கு நான் பொருந்திப் போகாதவனாக இருந்திருக்க வேண்டும். அதைப் பேசிக் கூட சரி செய்திருக்கலாம். ஆனால் அவள் அதற்குத் தயாராக இல்லை. சுதாவை கூட, அவள் ஏர்போர்டுக்கு வந்திருந்த ஆரம்ப நிமிடத்தில், எனக்குப் பிடிக்காமல்தான் இருந்தது. இப்போது அவள் பேசப் பேச பிடிக்க ஆரம்பித்து விட்டது. எஸ், சுதாவின் காதலை ஏற்றுக் கொள்ளலாம் என முடிவெடுத்தேன்.

‘என்ன பதிலையே காணோம்..’

‘உன்னை ஏத்துக்குறதுன்னு முடிவு பண்ணிட்டேன்..’

நடு ரோட்டில் பிரேக் அடித்துக் காரை நிறுத்தினாள். டிரைவர் சீட்டிலிருந்த படியே எழுந்து எனது கன்னத்தில் முத்தமிட்டாள்.

இரண்டு வாரங்கள் கழித்து கவிதாவிடமிருந்து போன் வந்தது. சென்னை வந்துவிட்டதாகவும், சந்திக்க முடியுமா என்றும் கேட்டாள். மாலை சந்திக்கலாம் என்றேன். அந்த சந்திப்பிற்குச் சுதாவையும் அழைத்துப் போயிருந்தேன். கவிதாவும் ஒரு பையனுடன் வந்திருந்தாள். நான் சுதாவை அவளுக்கு அறிமுகப்படுத்தினேன். அவள் ஒரு கணம் ஆச்சரியமாகப் பார்த்தாள். நான் நடந்ததை அவளிடம் சொன்னேன். அவள் ‘சூப்பர்.. அழகான பொண்ணாதான் கிடைச்சுருக்கா.. மேட் ஃபார் ஈச் அதர்..’ என்றாள். பின் அவளுடன் வந்திருந்த அந்தப் பையனை எனக்கு அறிமுகப்படுத்தி ‘இவன், ராஜேஷ்.. ஐ லவ்டு ஹிம்..’ என்றாள். நானும் அவனும் கைகொடுத்துக் கொண்டோம். பின் அவரவர்களுக்குப் பிடித்ததை ஆர்டர் பண்ணி சாப்பிட்டுவிட்டு, மீண்டும் சந்திக்கலாம் என்று கூறி விடை பெற்றோம்.. காரில் ஏறியதும் சுதா சொன்னாள்.

‘என்னப்பா இது.. அவ அப்சரஸ் மாதிரி இருக்கா.. அந்தப் பையன் அவளுக்குக் கொஞ்சமும் பொருத்தமில்லாம, கறுப்பா, ஒல்லியா, முகத்துல எந்தக் கலையுமே இல்லாம இருக்கான்..’

‘அவளுக்கு அவனைப் பிடிச்சிருக்கு.. அதுக்கு நாம என்ன பண்ண முடியும்..’

‘நீ சொல்ற.. நான் கேட்டுக்குறேன்.. ஆனா என் மனசுக்கு அது சமாதானமாப் படல..’

சுதாவை சமாதானப்படுத்த முயற்சித்தாலும், என் மனதிலும் அதே கேள்வி திரும்பதிரும்ப எழுந்து கொண்டுதான் இருந்தது. காதல் அவ்வளவு எளிதில் புரிந்து கொள்ள முடியாத ஒரு மாயக் கண்ணாடிதான் போலிருக்கிறது.

5

மீ டூ

சோமசுந்தரம் வாத்தியார், ஒரு தனியார் பள்ளியில், கணக்கு வாத்தியாராக வேலை பார்த்து ஓய்வு பெற்றவர். வாழ்க்கையை நிறைவாக வாழ்ந்து முடித்த அவரால், ஒரு சம்பவத்தை மட்டும், இன்னும் மறக்கவே முடியவில்லை. அதை நினைக்கிற போதெல்லாம், அவர் நெஞ்சில் முள் தைப்பது போலிருக்கும்.

சில வருடங்களுக்கு முன், தான் வேலை பார்த்த அந்தப் பள்ளியில், பத்தாம் வகுப்பு மாணவிகளுக்கு கணக்குப் பாடம் எடுத்துக் கொண்டிருந்தார் அவர். பத்தாம் வகுப்பு பி பிரிவு மாணவிகளுக்குப் பாடம் எடுப்பது என்றால், அவருக்கு ரொம்ப இஷ்டம். காரணம், அந்த வகுப்பில் படிக்கும் அத்தனை மாணவிகளும் அறிவுக் களஞ் சியமாக இருப்பார்கள். சோமசுந்தரம் வாத்தியார், ஒரு போதும், அவர்களிடம் கண்டிப்புடன் நடந்து கொண்டதில்லை. அவர்களும், இவரைச் சம அந்தஸ்தில் வைத்து, ஒரு நண்பனிடம் பழகுவது போலவே பழகி வந்தார்கள்.

அவருக்கு மீசை சற்றுப் பெரியதாக இருக்கும். அதனால், அந்த மாணவிகளில் ஒரு மாணவியான தீபா, அவருக்கு 'ஏட்டய்யா' எனப் பட்டப்பெயர் வைத்திருந்தாள். ஒருநாள், அவர் கிளாஸ் எடுக்க வருவதற்குத் தாமதமானபோது, பேச்சு சத்தம் அதிகம் கேட்கவே, அந்த கிளாஸிற்கு வந்த ஹெட்மாஸ்டர் 'இது யார் கிளாஸ்..' எனக் கேட்டார். தீபா எழுந்து நின்று 'ஏட்டய்யா கிளாஸ்..' என்றாள். ஹெட்மாஸ்டர் குழப்பமாகப் பார்க்க, அனைத்து மாணவிகளும் கொல்லெனச் சிரித்து விட்டார்கள்

"ஏட்டய்யாவா யாரது.." ஹெட்மாஸ்டர் கடுமையாகக் கேட்டார்.

தீபா, தான் வாய் தவறி உளறி விட்டதை எண்ணிப் பயந்து நடுங்கினாள்.

"அமைதியா நின்னா.. யாரு ஏட்டய்யா.."

"சோ..ம..சுந்தரம் சார்.."

ஹெட்மாஸ்டர் அதிர்ச்சியும், கோபமும் ஒரு சேரப் பார்த்து, அதற்கு மேல் எதுவும் பேச விருப்பமில்லாமல் கிளாஸை விட்டு வெளியேறினார். திவ்யாவிற்குத் திக்கென்றிருந்தது. என்ன நடக்கப்போகிறதோ என்கிற அச்சம் வந்து அவளைக் கவ்விக் கொண்டது. பக்கத்தில் உட்கார்ந்திருக்கும் ராகவி "ஏன்டி.. உனக்கு எதாவது அறிவு இருக்கா.. இப்படியா உளறி வைப்பாங்க.. இப்ப ஹெட்மாஸ்டர் போன வேகத்தைப் பாத்தா எத்தனைப் பேருக்கு டீஸி கிழியப்போகுதுன்னு தெரியல.." எனக் கடுப்படித்தாள். திவ்யா "பேசாம ஹெட்மாஸ்டர் ரூமுக்குப் போய் மன்னிப்புக் கேட்டுடலாமா.." எனக் கேட்டாள். ராகவி "அதை நீ எப்படி முடிவு பண்ண முடியும்.. அவருல்ல முடிவு பண்ணனும்.. கொஞ்ச நேரம் அமைதியா இரு.. என்ன நடக்குதுன்னு பாக்கலாம்.." என்றாள். திவ்யாவிற்கு இதயத்துடிப்பு வேகமாக அடித்துக் கொள்ள ஆரம்பித்தது. உடம்பு வியர்த்து கொட்டியது. மற்ற மாணவிகள் அவளைப் பரிதாபமாகப் பார்த்தார்கள்.

சிறிது நேரத்தில் சோமசுந்தரம் வாத்தியார் வந்தார். வந்தவர் நடந்த சம்பவம் குறித்து எதுவும் கேட்காமல், அவர் பாட்டுக்குப் பாடமெடுக்க ஆரம்பித்து விட்டார். திவ்யாவுக்கும் மற்ற மாணவிகளுக்கும் சந்தேகம் ஏற்பட்டது. இவருக்கு விஷயம் தெரியுமா, தெரியாதா? தெரிந்திருந்தால் அது குறித்து இந்நேரம் கேட்டிருப்பாரே.. என்னதான் மாணவிகளிடம் ஜோவியலாகப் பழகும் வாத்தியாராக இருந்தாலும், தனக்கு ஒரு அவமானம் நிகழ்கிறபோது, எப்படி அதைக் கண்டுகொள்ளாமல் விடுவார்? அவரது அமைதி, வகுப்பு முடியும் வரை, திவ்யாவுக்கு, பாடத்தில் கவனத்தைச் செலுத்த முடியாதபடிக்குச் செய்தது. தான் செய்த தவறு குறித்துக் கேட்டு, தன்னை இரண்டு அடி அடித்து விட்டிருந்தால் கூடத் தேவலாம் போலிருந்தது.

பாடம் நடத்தி முடித்த அவர் "திவ்யா ஸ்டாஃப்ஸ் ரூமுக்கு வந்து என்னைப் பாரு.." என்று சொல்லி வெளியேறினார். அவளது உடம்பு தன்னிச்சையாக நடுங்க ஆரம்பித்தது. கண்களில் நீர் திரண்டது. ராகவி "அவர் என்ன கேட்டாலும் சமாளிச்சுப் பதில் சொல்லுடி.. நீயும் மாட்டிகிட்டு எங்களையும் மாட்டி விட்டுடாத.." என்றாள். திவ்யா அவளைக் கேவலமாகப் பார்த்து விட்டு, வகுப்பிலிருந்து வெளியேறினாள். ஸ்டாஃப்ஸ் ரூமுக்கு வந்தபோது, சோமசுந்தரம் வாத்தியார் நோட்டு திருத்திக் கொண்டிருந்தார். திவ்யா அவர் முன்னால் வந்து நின்று "சார்.." என்றாள். அவர் நிமிர்ந்து பார்த்தார். கண்களில் கோபம் எதுவும் தெரியவில்லை. "ஏட்டய்யான்னு எனக்குப் பேர் வச்சது யாரு.." எனச் சாதாரணமாகக் கேட்டார். தான் நினைத்தது போல் விபரீதம் எதுவும் நடக்காததால்,

திவ்யாவிற்குக் கொஞ்சம் தைரியம் வர ஆரம்பித்தது.

"என் ஐடியாதான் சார்.." என்றாள்

"போலீஸ்காரன் மாதிரியா இருக்கேன் நான்.."

"மீசை பெரிசா இருக்குறதுனால..."

அவருக்குச் சிரிப்பு வந்துவிட்டது. "இப்படி எனக்கு மட்டும்தான் பேர் வச்சுருக்கிங்களா.. இல்ல எல்லா வாத்தியார்களுக்குமே வச்சுருக்கிங்களா.." எனக் கேட்டார்.

"எல்லாருக்குமேதான் சார் வச்சுருக்கோம்.."

"இதை உங்களுக்குள்ளயே கமெண்ட் அடிச்சு சிரிச்சுக்கறதோட நிறுத்தியிருக்கணும்.. இப்படியா ஹெட்மாஸ்டர் முன்னால போட்டு உடைப்பிங்க.. அவர் என்னைக் கூப்பிட்டு உங்களுக்கு மீசைதான் பெரிசா இருக்கு.. ஒரு ஸ்டூடண்ட்டுக்கும் உங்களைப் பார்த்தா பயமில்லைன்னு.. சத்தம் போடுறார்.."

"ஸாரி சார்.."

"அதையே ஒரு பேப்பர்ல எழுதி, இனிமே அப்படி நடந்துக்க மாட்டேன்னும் சொல்லி, சைன் பண்ணிக் குடு.."

திவ்யாவிற்கு அப்போதுதான் முழுமையாக நிம்மதி வந்தது. எவ்வளவு நல்ல சாராக இருக்கிறார்? இவரைப் போய் திட்டு வாங்கும்படி செய்து விட்டோமே? ஒருநிமிடம், தான் நடந்து கொண்டது தனக்கே அருவருப்பாக இருந்தது. மனதில் முள் குத்தியது போல் சுருக்சுருக்கென்றிருந்தது. மன்னிப்பு என்கிற வார்த்தையெல்லாம் அதற்கு ஈடாகாது.

"என்ன யோசனை.. எழுதிக் குடுத்துட்டுப் போ.. இதுகூட ஹெட்மாஸ்டருக்காகத்தான்.. ஸ்டூடண்ட்ஸுனா அப்படித்தான்.. துருதுருன்னுதான் இருப்பாங்க.. இந்த வயசுல விளையாடாம வேற எந்த வயசுல விளையாடப் போறிங்க..இதெல்லாம் அவருக்குப் புரியாது.. அவர் வாத்தியார் வேலையை மெக்கானிக்கலா செய்றவார்.."

திவ்யாவிற்கு அவரது காலில் விழுந்து கதற வேண்டும் போலிருந்தது. உடனே பேப்பர் பேனாவை எடுத்து எழுத ஆரம்பித்தாள்.

அன்றிலிருந்து, திவ்யாவிற்கு அவர் மேல் பெரிய மரியாதை வந்து விட்டது. அவருடன் நன்றாகப் பழக ஆரம்பித்தாள். மூச்சுக்கு

முன்னூறு தடவை "சோமசுந்தரம் சார்" எனச் சொல்ல ஆரம்பித்தாள். அவரது வகுப்பு இல்லாத போதும், அவர் இருக்குற இடம் தேடிப்போய்ப் பேச ஆரம்பித்தாள். சும்மாவாது கணக்கு நோட்டைத் தூக்கிக் கொண்டு போய் அவர் முன்னால் நிற்பாள். இத்தனை ஆண்டுகளாக டியூஷன் வைத்துக் கொள்ளாதவள் அவரிடம் டியூஷன் வைத்துக் கொண்டாள். ஸ்கூல் முடிந்ததும், ஒரு மணிநேரம் அவர் வகுப்பிலேயே டியூஷன் எடுப்பார். அப்போது, திவ்யா வீட்டிலிருந்து தான் கொண்டு வந்திருக்கும் ஸ்நாக்ஸை, அவருடன் பகிர்ந்து கொள்வாள். அவர் ருசித்துச் சாப்பிடுகிறார் என்பது தெரிந்ததும் விதவிதமான பலகாரங்களை கொண்டு வர ஆரம்பித்தாள். அளவிற்கரிய அன்பை அவர் மேல் பொழிந்தாள்.அவளது மாற்றம் அவருக்கும் புரிந்திருந்தது. தான் தண்டனை எதுவும் வழங்காதது, அவளது மனதில் தனக்கு ஒரு உயர்ந்த இடத்தைப் பெற்றுத் தந்திருக்கிறது என்பதை உணர்ந்திருந்தார்.

ஒருநாள், அவர் காரிடாரில் நடந்து வந்து கொண்டிருந்த போது, எதிர்ப்புறமிருந்து ஓடி வந்த திவ்யா, அவர் மேல் நேரடியாக மோதி விட்டாள். அவர் அதை சற்றும் எதிர்ப்பார்க்கவில்லை. அந்த ஸ்பரிசம் அவரை என்னவோ செய்தது. அவள் விலகி "ஸாரி சார்.." என்றாள். அவர் "நோ பிரப்ளம்.." என்றார். அவள் ஓடி விட்டாள். ஸ்டாஃப்ஸ் ரூமில் வந்து உட்கார்ந்த அவருக்கு, சினிமாவில் வருவது போல் அந்தக் காட்சி திரும்பத்திரும்ப வர ஆரம்பித்தது. மோதிய இடத்தை ஒரு முறை தடவிப் பார்த்துக் கொண்டார். இதுநாள் வரை திவ்யாவைப் பற்றி எந்த நினைவுமே இல்லாமல் இருந்த அவருக்கு, முதன்முறையாக அவளது உடலமைப்பு கண்ணில் தோன்றி மறையாமல் நின்றது. என்ன ஒரு வாளிப்பான உடலமைப்பு.. அந்த வயதுக்கு அது ஒரு அபரிமிதமான வளர்ச்சிதான். பி பிரிவு மாணவிகளில் அவள்தான் அழகு என்கிற எண்ணமும் ஏற்பட்டது.

அதுவரை, திவ்யாதான் அவரைத் தேடிதேடிப் பேச ஆரம்பித்திருந்தாள். அன்றிலிருந்து, அவள் இருக்கும் இடத்தை அவர் தேட ஆரம்பித்தார். அவள் பெற்றோர் யார், வீடு எங்கு இருக்கிறது, பிறந்த தேதி என்ன போன்ற விஷயங்களை விசாரித்துத் தெரிந்து கொண்டார். அவள் யூனிஃபார்ம் தவிர்த்து கலர் டிரஸ்ஸில் வரும்போது "இந்த டிரஸ்ல நீ அழகா இருக்க திவ்யா.." எனப் பாராட்டினார். அது மாத்திரம் அல்ல, பாடமெடுத்து முடிக்கும் வரை, நிமிஷத்துக்கு ஒருதடவை அவளையே பார்த்துக் கொண்டிருந்தார். யாரையாவது கேள்வி கேட்க வேண்டும் என்று தோன்றினால்கூட அவளிடமே கேட்டார். எழுந்து நின்று அவள்

பதில் சொல்லும்போது, பதிலை விடுத்து அவளை ரசிக்க ஆரம்பித்தார். அவளது உயரம் பார்த்து, தனக்குச் சமமாக இருப்பாள் என நினைத்துக் கொண்டார். அவளைப் பார்க்க வேண்டும் என்பதற்காகவே, சனிக்கிழமையும் ஞாயிற்றுக்கிழமையும் ஸ்பெஷல் கிளாஸ் வைக்க ஆரம்பித்தார்.

ஒரு ஞாயிற்றுக்கிழமை, நல்ல மழை பெய்தது. திவ்யா உள்பட குறிப்பிட்ட சில மாணவிகள் மட்டுமே ஸ்பெஷல் கிளாஸிற்கு வந்திருந்தார்கள். சோமசுந்தரம் வாத்தியாருக்கு அதைப்பற்றிப் பெரிதாகக் கவலை ஒன்றுமில்லை. திவ்யா வந்திருந்தாளே அதுவே மனநிறைவைத் தந்தது. மதியம் வரை பாடம் எடுத்தார். லஞ்சுக்குப் பிறகு மழை வலுத்ததால், திவ்யாவைத் தவிர, மற்ற மாணவிகள் பர்மிஷன் கேட்டுப் புறப்பட்டுச் சென்றார்கள். திவ்யா, தனது அப்பா மூன்று மணிக்கு வந்து பிக்அப் பண்ணிக்கொள்வார் என்று சொல்லி அங்கேயே இருந்தாள்.

சோமசுந்தரம் வாத்தியார் அவளுக்காக சில பிரத்யேகமான கணக்குகளைப் போர்டில் எழுதி எக்ஸ்ப்ளைன் பண்ணினார். பின் அவளிடம் அவைகளைக் காப்பி பண்ணிக்கொள்ளச் சொன்னார். அவள் காப்பி பண்ண ஆரம்பித்தாள். வெளியில் மழை நன்றாகப் பெய்து கொண்டிருந்தது. சோமசுந்தரம் வாத்தியார் அங்கும் இங்கும் நடந்து கொண்டிருந்தார். பின் திவ்யாவின் பின் பக்கம் வந்து நின்று, அவள் எழுதுவதை கவனித்தார். பின் அவரது கவனம் நோட்டிலிருந்து விலகி, அவளது பின் கழுத்திற்கு வந்தது. யானையின் தந்தம் போல் அது பளிச்சென்றிருந்தது. ஒன்றிரண்டு முடிகள் சுருட்டிக் கொண்டு நின்றது, அவரது உடம்பில் உஷ்ணத்தை அதிகரிக்கச் செய்தது. அந்த இடத்தைத் தொட்டுப் பார்க்க மனதில் ஆசை ஏற்பட்டது. சட்டென்று அங்கே கையை வைத்தார். உடனே அதை உணராத திவ்யா, கொஞ்சம் தாமதமாக உணர்ந்தபோது, அவரை நிமிர்ந்து புரியாமல் பார்த்தாள். அவர் அதன் பின்னும் கையை எடுக்காமல் அசடு வழிந்தபடியே பார்த்தார்.

"என்ன சார்.."

"சும்மா.." என்று கூறி மேலும் கையை முன் கழுத்தை நோக்கி நகர்த்தினார். அவள், அவரது நோக்கத்தைப் புரிந்து கொண்டவளாக, அவரது கையை எடுத்து விட்டாள். அவர், யாரும் கவனிக்கிறார்களா எனச் சுற்றும் முற்றும் பார்த்தார். நல்ல வேளை யாரும் கவனிக்கவில்லை. அவள் அடுத்து என்ன செய்வாளோ என நினைத்து அவரது உடம்பு நடுங்க ஆரம்பித்தது. ஆனால் அவள் எதுவும் கேட்கவில்லை. "சீட்டுல போய் உட்காருங்க சார்.." என்றாள்.

மணிபாரதி / 49

அவர் பெட்டிப் பாம்பாக அடங்கித் தனது சேரில் போய் உட்கார்ந்தார். திவ்யா மீதமுள்ள கணக்குகளைக் காப்பி பண்ண ஆரம்பித்தாள். அவர் குற்ற உணர்ச்சியோடு அவளைப் பார்க்கும் திராணியற்றுத் தலை கவிழ்ந்து உட்கார்ந்திருந்தார்.

சிறிது நேரத்தில் அவள் எழுதி முடிக்க, அவளது அப்பா ரெயின் கோட் அணிந்து அங்கு வந்தார். திவ்யாவிடம் "போகலாமாம்மா.." எனக் கேட்டார். அவள் "ம் போகலாம் டாடி.." என்று கூறி, சோமசுந்தரம் வாத்தியாரிடம் "நான் கிளம்புறேன் சார்.." என்று சொல்லிவிட்டுப் புறப்பட்டுச் சென்றாள். அதன் பிறகு, அதுகுறித்து அவள் யாரிடமும் பகிர்ந்து கொள்ளவில்லை. சோமசுந்தரம் வாத்தியாரிடம் பேசுவதை மட்டும் குறைத்துக் கொண்டாள். என்ன தேவையோ அதற்காக மட்டுமே பேசினாள்.

இது நடந்து சில வருடங்கள் ஆகிறது. சோமசுந்தரம் வாத்தியார் ஏறக்குறைய அந்த சம்பவத்தை மறந்தே போய் விட்டார். இப்போது மீ டூ அந்த சம்பவத்தை மீண்டும் அவருக்கு நினைவுபடுத்தி விட்டது. எவ்வளவு மேன்மையான பெண் திவ்யா? அவளாக இல்லாமல் வேறு யாராவது இருந்திருந்தால் போலீஸ் கேஸாகி தான் கைது செய்யப்பட்டிருக்கலாம். அப்படியொரு அவமானம் நிகழ்ந்திருந்தால், தனது நிலைமை என்னவாகியிருக்கும்? வீட்டிலும், பள்ளியிலும் தன்னை மதித்திருப்பார்களா? பத்திரிகைகளிலும், சேனல்களிலும் கேவலப்பட்டு, தூக்கில்தான் தொங்கியிருக்க வேண்டும்.

ஆனால், அவள் இன்று வரை யாரிடமும் அதைச் சொல்லவில்லை. மீ டூவில் சினிமாக்காரர்கள் என்றில்லை. எல்லாத் துறையைச் சேர்ந்த பெண்களும், எப்போதோ, யாரோ ஒரு ஆணால் பாதிக்கப்பட்டதைச் சொல்லிக்கொண்டுதான் இருக்கிறார்கள்.திவ்யாவிற்கு இன்று இருபத்தி ஐந்து வயதிருக்கும். அவள் நினைத்தால், அன்று சொல்ல முடியாததை இன்று சொல்லலாம்.ஆனால், அப்படியெல்லாம் அவள் எதுவும் பதிவிடவில்லை.அதனாலயே, அவருக்கு அவளை உடனே பார்க்க வேண்டும் என்கிற எண்ணம் ஏற்பட்டது. பார்த்து அவளிடம் மன்னிப்புக் கேட்க வேண்டும்.. அப்போதுதான் மனதில் ஏற்பட்ட காயம் ஆறும்..ஆனால், இப்போது அவள் எங்கிருக்கிறாள் என்கிற விபரம் அவருக்குத் தெரியாது. அவளது வீட்டு போன் நம்பர் மாத்திரம் தனது டைரியில் எழுதி வைத்திருந்தது நினைவுக்கு வந்தது. அதை தேடி எடுத்தார். தனது வீட்டில் யாரும் இல்லாத போது, அந்த நம்பருக்கு போன் செய்தார். திவ்யாவின் அப்பாதான் போனை எடுத்தார். இவர் தன்னை நினைவுப்படுத்திக் கொண்டு "திவ்யாவப் பாக்கணும்" என்றார். அவளது அப்பா "அவ தரமணில ஒரு

கம்பெனில ஒர்க் பண்றா..” எனக் கம்பெனி அட்ரஸைக் கொடுத்தார்.

அந்தக் கம்பெனி வாசலில், ஒரு ஆட்டோவில் வந்து இறங்கினார் சோமசுந்தரம் வாத்தியார். உள்ளே வந்து ரிசப்ஷனில் விசாரிக்க, அவரை உட்காரச் சொல்லி விட்டு, இன்டர்காம் மூலம் திவ்யாவிற்குத் தகவல் சொல்லப்பட்டது. சிறிது நேரத்தில் திவ்யா வெளியில் வந்தாள். புதிதாகப் பூத்த பூப்போல பளிச்சென்று இருந்தாள். சோமசுந்தரம் வாத்தியாரைப் பார்த்ததும் கண்களில் ஆச்சரியம் மின்னியது. ஓடிவந்து அவரது கைகளைப் பற்றி “சார்..” என்றாள். அவளது விகல்பமில்லாத அந்த செயல், அவரைக் கூனிக் குறுகச் செய்தது. என்ன பேசுவது..? எப்படிப் பேசுவது? என அவருக்குத் தெரியவில்லை. ஆனால், அவள் பேசினாள்.

“எப்படியிருக்கிங்க சார்.. உங்களைப் பார்த்து எவ்வளவு வருஷம் ஆகுது..”

“ஆமாமாம்.. ரொம்ப வருஷம் ஆகுது..” தடுமாற்றத்துடன் பதில் சொன்னார். மேலும் “என்னை மன்னிச்சுடும்மா..” என்றார்.

அவள் புரியாமல், “என்ன சார் சொல்றீங்க.. நான் எதுக்காக உங்களை மன்னிக்கணும்..” எனக் கேட்டாள்.

அவர் அந்த மழைநாளில் நடந்த சம்பவத்தை அவளுக்கு நினைவுப்படுத்தி, “அன்னிக்கு நீ என்னை செருப்பால அடிச்சுருந்தாலும் நா நடந்துகிட்ட கீழ்த்தரமான செயலுக்கு அது சமமா இருந்துருக்கும்.. ஆனா இந்த நிமிஷம் வரைக்கும் நீ அதை வெளியில சொல்லாம இருக்குறதுதான் என் மனசுல பாரமா இருந்துகிட்ருக்கு..” என்று சொல்லிவிட்டுக் கலக்கத்தோடு அவளைப்பார்த்தார்.

திவ்யா பதறி, “சார்.. நீங்க ரொம்பப் பெரியவங்க.. மன்னிப்பெல்லாம் கேட்கக் கூடாது.. இன்னிக்கு நா இவ்வளவு பெரிய கம்பெனில வேலைப் பாக்குறேன்னா அதுக்குக் காரணம் அன்னிக்கு நீங்க சொல்லித் தந்த கணக்குதான்.. எதோ தவறா ஒரு நாள் நடந்திருக்கலாம்.. ஆனா தப்பான ஆள் இல்ல நீங்க.. தடுமாற்றம்குறது எல்லாருக்குமே வரும்.. அதனால, அந்தச் சம்பவத்தை நான் அப்பவே அலட்சியப்படுத்திட்டேன்..” எனக் கூறினாள்.

தனது மன்னிப்பை அவள் ஏற்றுக்கொள்ளாவிட்டாலும், தன்னைக் காட்டிக்கொடுக்காமல் விட்டதற்கு அவள் சொன்ன காரணம், அவரது மனதில், அவளுக்கு ஒரு சிம்மாசனத்தை அமைத்துக் கொடுத்தது.

6

புதுப்புதுக் குற்றங்கள்

இரவு மணி 9.00. இன்ஸ்பெக்டர் கலிவரதனுக்கு 'ஆபத்தில் இருக்கிறேன்.. காப்பாற்றுங்கள்..' என ஒரு நம்பரிலிருந்து மெசேஜ் வந்தது. இப்படி அடிக்கடி மெசேஜ் வருவது வழக்கமான ஒன்றுதான். காரணம், அவரது ஸ்டேஷனுக்கு உட்பட்ட ஏரியாவில் குடியிருக்கும் அனைவருக்கும், அவரது மொபைல் நம்பரைக் கொடுத்து, எப்போது எந்தப் பிரச்சனை என்றாலும் மெசேஜ் பண்ண சொல்லிக் கேட்டுக் கொண்டிருந்தார். 100க்குக் கூப்பிட வேண்டும் என்கிற அவசியம் கூட இல்லை. அந்த நம்பருக்கு கால் பண்ணிப் பார்த்தார். 'சுவிட்ச்டு ஆஃப்' என்று வந்தது. கான்ஸ்டபிள் முத்துவை அழைத்து, அந்த போன் நம்பரைக் கொடுத்து 'இது யார் நம்பருங்கறதை உடனே செக் பண்ணிச் சொல்லுங்க..' என உத்தரவிட்டார். கிரைம் பிராஞ்சில் இருப்பதால், முத்து, இரண்டு நிமிடங்களில், போன் மூலமே விசாரித்து விட்டு, கலிவரதனிடம் 'கேகே நகர்ல இருக்குற சங்கரசுப்புங்கறவரு, அவரோட பேர்ல சிம்கார்ட் வாங்கியிருக்கார் சார்.. அவர் வயசு ஐம்பத்தி ஒன்பது.. இப்ப போன் சுவிட்ச் ஆஃப்ல இருக்கு..' என்றார். கலிவரதன் மணியைப் பார்த்தார். 9.15. முத்துவிடம் 'சரி என் கூட வாங்க..' என எழுந்து, வெளியில் வந்து, அங்கு நின்ற இன்னோவா காரில், அவருடன் ஏறிக் கொண்டார். கார் புறப்பட்டது.

கார், கேகே நகர் பத்தாவது செக்டாரில் நுழைந்து, முத்து கையிலிருக்கும் அட்ரஸில் வந்து நின்றது. இருவரும் இறங்கிக் கொண்டார்கள். முத்து, அந்த வீட்டின் முன்னால் இருந்த பெல் சுவிட்சை அழுத்த, உள்ளே குயில் கூவியது. சிறிது நேரத்தில், அந்த சங்கரசுப்பு கதவைத் திறந்தார். டி ஷர்ட் அணிந்து, வேட்டி உடுத்தி, நெற்றியில் விபூதி இட்டிருந்தார். தோற்றம் படித்தவருக்கான அடையாளத்துடன் இருந்தது. போலீஸைப் பார்த்ததும் லேசான உதறலுடன 'என்ன சார்..' எனக்கேட்டார்.

'இங்க சங்கரசுப்புங்கறது..'

'நான்தான் சார்..'

‘சொல்லுங்க சார்.. உங்களுக்கு என்ன பிரச்சனை..’

‘எனக்கு ஒண்ணும் பிரச்சனை இல்லையே..’ முகத்தில் கேள்வி படர்ந்தது.

‘*9840444954*.. இது உங்க நம்பர்தானே..’

‘ஆமாம் சார்....’

‘அந்த நம்பர்லேருந்துதான், ஆபத்து காப்பாத்துங்கன்னு, ஹாஃபனவருக்கு முன்னால எங்களுக்கு மெசேஜ் வந்துது..’

சங்கரசுப்புவிற்கு, அப்போதுதான், அந்த நம்பர் தனது பெயரில் வாங்கி இருந்தாலும், அதை உபயோகிப்பது தனது மகள் ரஞ்சனி என்பது, நினைவுக்கு வந்தது. சட்டென்று பரபரப்பானார்..

‘சார்.. அது என் பேர்ல வாங்கின நம்பர்தான்.. ஆனா என் பொண்ணுதான் இப்ப அதை யூஸ் பண்ணிகிட்டு இருக்கா..’

‘அவங்க பேரு..’

‘சார் முதல்ல உள்ள வாங்க..’

கலிவரதனும், முத்துவும் உள்ளே வந்தார்கள். டிவியில் வாணிராணி முடிந்து, பிரியமானவள் ஓடத் தொடங்கியிருந்தது. ஒரு ஈஸிச் சேரில் சாய்ந்து சங்கரசுப்புவின் மனைவி மீனாட்சி, அதை ஆர்வமாகப் பார்த்துக் கொண்டிருந்தாள். வாசலில் நடந்த எந்த ஆர்ப்பாட்டத்தையும், அவள் அறிந்ததாகத் தெரியவில்லை. அவளுடைய கவலையெல்லாம், ‘பிரியமானவள்’ உமாவின் கஷ்டம் எப்போது தீரும் என்பதுதான். போலீஸைப் பார்த்ததும், புரியாமல் எழுந்து டிவியை அணைத்தாள். சங்கரசுப்பு அவளிடம் நடந்த விபரங்களைக் கூறினார். அதைக் கேட்டு, அவளும் பதட்டமடைந்தாள். கலிவரதன் அங்கு கிடந்த சோபாவில் உட்கார்ந்து கொண்டார். மற்றவர்கள் நின்றபடியே இருந்தார்கள்.

‘ம் சொல்லுங்க.. உங்க டாட்டர் பேரு..’

‘ரஞ்சனி..’

‘என்ன பண்ணிகிட்டு இருக்காங்க..’

‘எம் பி ஏ முடிச்சுட்டு நங்கநல்லூர்ல இருக்குற ஒரு பிரைவேட் பேங்க்ல கேஷியரா ஒர்க் பண்ணிகிட்டு இருக்கா..’

‘மேரேஜ் ஆயிடுச்சா..’

சுங்கரசுப்பு அதற்குப் பதில் சொல்லாமல் மனைவியைப் பார்த்தார். அவள் பேச ஆரம்பித்தாள்.

'ஆயிடுச்சுங்க.. லவ் மேரேஜ்.. ஆனா அவங்க ரெண்டு பேரும் இப்ப சேர்ந்து இல்ல..'

'ஏன்..'

'அந்தப் பையன் அவ்வளவு நல்லவன் இல்ல.. தினம் குடி அடின்னு அவளோட நிம்மதியே போச்சு.. அதனால அவன் கூட வாழ மாட்டேன்னு, அவனைத் தூக்கி எறிஞ்சுட்டு வந்துட்டா.. நாங்க எவ்வளவோ சமாதானம் பண்ணிப் பார்த்தோம்.. கேட்க மாட்டேன்னுட்டா..'

'அந்தப் பையன் அவளைத் தேடி இங்க வருவானா.. இல்ல அதோட சரியாப் போயிடுச்சா..'

இப்போது சங்கரசுப்பு பேசினார்.

'ம் வருவான் சார்.. அடிக்கடி வருவான்.. வந்து என் பொண்ணுகிட்ட, என் கூட வாடின்னு தகராறு பண்ணுவான்.. அப்பல்லாம் அவ, மரியாதையாப் போயிடு.. இல்ல போலீஸ்ல கம்ப்ளைண்ட் பண்ணிடுவேன்னு சொல்லி மிரட்டுவா.. அதுக்கு அவன், அப்படியா பண்ணு.. ஆனா, உனக்கு என் கையாலதான்டி சாவுன்னு சொல்லி எச்சரிக்கை பண்ணிட்டுக் கிளம்பிப் போவான்..'

கலிவரதன் முகத்தில், யோசனை, கூடு கட்ட ஆரம்பித்தது. திரும்பி முத்துவை ஒரு தடவைப் பார்த்துக் கொண்டார். பின்

'கடைசியா எப்ப வந்தான்..'

'ரெண்டு நாளைக்கு முன்னால சார்..'

கலிவரதனுக்குப் பிரச்சனையின் சாராம்சம் பிடிபட ஆரம்பித்தது.

'அவன் வீடு எங்க இருக்கு..'

'டி நகர்ல.. சிவசைலம் தெரு.. டோர் நம்பர் சிக்ஸ்.. சொந்த ஊரு சேலம்.. அவனோட பேரன்ட் சேலத்துலதான் இருக்காங்க.. ஆரம்பத்துல அவங்ககிட்டதான் பஞ்சாயத்து வச்சோம்.. எங்களைக் கேட்டாக் கல்யாணம் பண்ணி வச்சிங்க.. நீங்களேதான பண்ணிங்க.. இப்ப நீங்களே அனுபவிங்க, அப்படின்னு சொல்லிக் கைய விரிச்சுட்டாங்க..'

‘சரி, உங்க பொண்ணு ஆபீஸ் முடிஞ்சு தினமும் எத்தனை மணிக்கு வீட்டுக்கு வருவா..’

‘எட்டு மணிக்கு சார்..’

‘மணி ஒன்பதே முக்கால் ஆகுதே.. இன்னும் வரலியேன்னு உங்களுக்குத் தோணலியா..’

‘சில நாள் பத்து மணிக்குக் கூட வருவா சார்.. அந்த தைரியத்துலதான் அதைப்பத்தி யோசிக்காம இருந்தோம்..’

‘சரி நீங்க ஒண்ணும் பயப்படாதீங்க.. நான் என்ன ஏதுங்குறதைக் கண்டுபுடிச்சுட்டு மறுபடியும் உங்களைக் கான்டாக்ட் பண்றேன்.. இதுக்கு நடுவுல உங்களுக்கு வேற எதாவது கால் வந்தாலோ இல்ல உங்க பொண்ணு வீட்டுக்கு வந்துட்டாலோ எனக்கு உடனே இன்ஃபார்ம் பண்ணுங்க..’ என்று கூறி, ரஞ்சனி வேலை பார்க்கும் பேங்கின் அட்ரஸையும், அவர் மாப்பிள்ளையின் பெயரையும், கேட்டுத் தெரிந்து கொண்டு முத்துவுடன் வெளியில் வந்தார்.

முத்து ‘அந்தப் பையன்தான் அவளைக் கடத்தியிருக்கணும் சார்..’ என்றார். அதற்குக் கலிவரதன் ‘அந்தப் பொண்ணு வேலை பார்க்குற பேங்குக்கு போன் பண்ணி அவ எத்தனை மணிக்கு வீட்டுக்குப் போனான்னு கேளுங்க.. எப்பவும் போல நார்மலாதான் போனாளா.. இல்ல எமர்ஜன்சியா எதுவும் புறப்பட்டுப் போனாளான்னு கேளுங்க..’ என்றார். முத்து விசாரித்து விட்டு ‘எப்பவும் போல நார்மலாதான், புறப்பட்டுப் போனாளாம் சார்..’ என்றார். கலிவரதன் ‘அப்படியா..’ என்று விட்டு மோவாயைத் தடவினார்.

டி.நகர், சிவசைலம் தெருவில் இன்னோவா கார் திரும்பியது. தெரு முனையில் இருந்த டீக்கடை வாசலில் காரை நிறுத்தி, அங்கு ‘கலியுகம்’ மாத இதழைத் தீவிரமாகப் படித்துக் கொண்டிருந்த ஒருவரிடம், கலிவரதன் ‘இங்க எஸ் எம் கே ஃபிளாட் எங்க இருக்கு..’ எனக் கேட்டார். அந்த நபர், புத்தகத்தை மடக்கி விட்டு, போலீஸ் என்பதால் எழுந்து நின்று ‘இங்கேயிருந்து நாலாவது பில்டிங் சார்..’ என்றார். கார் நகர்ந்தது. அந்த நபர் மீண்டும் கலியுகத்தில் மூழ்க ஆரம்பித்தார். கார் எஸ் எம் கே பிளாட் வாசலில் வந்து நின்றது. அதிலிருந்து கலிவரதனும், முத்துவும் இறங்கி வாசலில் நின்ற செக்யூரிட்டியிடம் ‘எஃப் 1ல சதீஷ்ன்னு யாராவது இருக்காங்களா..’ எனக் கேட்டார்கள். செக்யூரிட்டி ‘இருக்கார் சார்.. உள்ள போய் ரைட் சைடு திரும்புனிங்கன்னா லிஃப்ட் இருக்கும்.. அதுல ஏறி ஃபஸ்ட் ஃபுளோர் போங்க..’ என அவர்களை அனுப்பி வைத்தார்.

எஸ்ப்–1 வாசலில் நின்று, கலிவரதன் காலிங் பெல் சுவிட்சை அமுக்கினார். சிறிது நேரத்தில் கதவு திறக்க, அதன் பின்னால் சதீஷ் நின்று கொண்டிருந்தான். சிகரெட் நாற்றம் அவனைத் தாண்டி வீசியது. போலீஸைப் பார்த்ததும் அவனது முகம் பயத்தில் வெளிறியது. கலிவரதன் அவனது அனுமதிக்குக் காத்திராமல், அவனை உள் நோக்கித் தள்ளி விட்டு, தானும் முத்துவுடன் உள்ளே வந்தார். அவன் கடுப்பாகி அதைக் காட்டிக் கொள்ளாமல், 'என்ன சார் வேணும்..' எனக் கேட்டான்.

'உன் ஒய்ஃப் ரஞ்சனியை எங்க அடைச்சு வச்சுருக்க..'

'என்ன சார் சொல்றீங்க.. நான் அடைச்சு வச்சுருக்கனா..'

'சும்மா தெரியாத மாதிரி நடிக்காத.. செவுலு பிஞ்சுடும்..'

'சார் சத்தியமா எனக்கு எதுவும் தெரியாது..'

'ரெண்டு நாளைக்கு முன்னால உன் மாமனார் வீட்டுக்கு போய், உன் ஒய்ஃப்கிட்ட சண்டை போட்டுட்டு, உன்னைக் கொல்லாம விட மாட்டேன்னு சொல்லிட்டு வந்துருக்க..'

'ஆமா சார்.. சொன்னேன்தான்.. அதெல்லாம் ஒரு ஆதங்கத்துல பேசினது.. அதுக்காகக் கொலை பண்ணிருவாங்களா.. ஸ்டில் ஐ லவ் ஹெர் சார்..'

கலிவரதன் குழப்பத்துடன் அவனைப் பார்த்தார்.

'உங்களுக்குச் சந்தேகமா இருக்குன்னா..' முத்துவைக் காண்பித்து 'இவரை என்கூட இருக்கச் சொல்லி என் நடவடிக்கைகளைக் கண்காணிக்கச் சொல்லுங்க..' என்றான்.

கலிவரதன் முத்துவை அவனுடன் இருக்கச் சொல்லி விட்டு, 'அவன் பாத் ரூம் போனா கூட நீங்களும் கூடப் போங்க.. எந்த போன் பேசினாலும் ஸ்பீக்கர்ல போட்டு பேசச் சொல்லுங்க..' என்று கூறி, காரில் ஏறிப் புறப்பட்டுச் சென்றார். கார் பனகல் பார்க்கைத் தாண்டியதும், சங்கரசுப்புவிற்குப் போன் செய்தார். ஒரு ரிங் அடித்தவுடனேயே அவர் 'ஆன்' பண்ணி காதில் வைத்தார்.

'ஹலோ சார்.. எதாவது தெரிஞ்சுதா..'

'விசாரணை பண்ணிகிட்டே இருக்கோம்..' என்று கூறி 'உங்க பொண்ணுக்கு எதிரிங்கன்னு வேற யாராவது இருக்காங்களா..' எனக்கேட்டார்.

‘அவ சின்னப் பொண்ணு சார்.. அவளுக்கு யாரு எதிரிங்க இருக்கப் போறாங்க.. ஒரே ஒரு எதிரி அந்த சதீஷ்தான்.. அது கூட, காதல்ங்குற அந்த சாக்கடையில விழுந்ததுனாலதான்.. இல்லன்னா அவன் கூட எதிரியா இருந்துருக்க மாட்டான்.. நாங்க வேண்டாம்ன்னுதான் சொன்னோம்.. அவ கேக்கல.. சரிம்மா உன் லைஃப் நீயே டிசைட் பண்ணிக்கன்னு விட்டுட்டோம்.. அவன் சரியான சாடிஸ்ட் சார்.. சந்தேகப் பேர்வழி.. கல்யாணம் ஆன பத்தாவது நாளே, ரஞ்சனியை சிகரெட்டால சுட்டுருக்கான்.. ஆபீஸ்லேருந்து யார் போன் பண்ணினாலும், யார் அவன்.. அவனுக்கும் உனக்கும் என்ன சம்பந்தம்.. அவன் ஏன் அடிக்கடி போன் பண்றான்.. அப்படின்னு ஆயிரம் கேள்விகள் கேட்டு டார்ச்சர் பண்ணியிருக்கான்.. பொறுத்துப் பொறுத்துப் பார்த்த என் பொண்ணு, ஒரு நாள் செருப்பைக் கழட்டி அவன் மூஞ்சில வீசிட்டு, உன்னை மாதிரி ஆளுங்களாலதான் லவ் மேரேஜூன்னா எல்லாருமே யோசிக்குறாங்க.. அப்படின்னு சொல்லிட்டுப் புறப்பட்டு இங்க வந்துட்டா..’

‘சரி, அதுக்கப்புறம் அவளுக்கு ஒர்க் பண்ற இடத்துல ஃபிரண்ட்ஸ்ன்னு யாராவது..’

‘பர்ட்டிக்குலரா யாரையும் சொல்ல முடியாது சார்.. அவ எல்லாருகிட்டயுமே நல்லாப் பழகுவா..’

‘சரி.. நா உங்களை அப்புறம் கூப்பிடுறேன்..’

இருவரும் போனைக் கட் பண்ணினார்கள்.

ரஞ்சனியின் போன் சுவிட்ச் ஆஃப் செய்யப்பட்டிருக்கிறது. இல்லையென்றால் அவள் இருக்கும் பகுதியையாவது தெரிந்து கொண்டிருக்கலாம். மெசேஜ் அனுப்பியதை அவளைக் கடத்தி வைத்திருப்பவன் பார்த்திருக்கலாம். அதனால் ஆத்திரமடைந்து அவளிடமிருந்து போனைப் பிடுங்கி ஆஃப் பண்ணியிருக்கலாம். அதோடு மட்டுமா நிறுத்தியிருப்பான். எப்படியும் ஓங்கி நாலு அறை விட்டிருப்பான். பாவம் அந்தப் பெண். எவனிடம் மாட்டிக் கொண்டு என்ன பாடுபடுகிறாளோ? இதையெல்லாம் நினைக்க, கலிவரதனுக்கு பிபி எகிறியது. டேப்லட் எடுத்துப் போட்டுக் கொண்டார். ஒவ்வொரு நாளும் இப்படித்தான். புதிது புதிதாக முளைக்கும் குற்றங்கள். கண்டுபிடிக்க முடியாவிட்டால் அதை அவரே அவமானமாக எடுத்துக் கொள்வார். அதுதான் அவருடைய பிரச்சனையே. தான் விரும்பித் தேர்ந்தெடுத்த வேலை. அதை நிறைவாகச் செய்ய முடியவில்லை என்றால் எப்படி?

கார் ஸ்டேஷன் வாசலில் நின்றது. அவர் இறங்கி உள்ளே வந்தார். சிலர் மரியாதை நிமித்தமாக எழுந்து கொண்டார்கள். சிலர் வணக்கம் வைத்தார்கள். எதுவும் அவரது கவனத்தை ஈர்க்க வில்லை. சிந்தனை முழுவதும் ரஞ்சனியை யார் கடத்தியிருப்பார்கள், அவளுக்கு எப்படிப்பட்ட ஆபத்து ஏற்பட்டிருக்கும் என்பதிலேயே இருந்தது. தனது சீட்டில் உட்கார்ந்தார். ஏற்கனவே பெண்களைக் கடத்தி குற்றம் புரிந்தவர்களின் ஃபைலைத் தேடி எடுத்தார். அதில் உள்ள ஒவ்வொருவரின் ஹிஸ்டரியையும் வரிசையாகப் படித்துப் பார்த்தார். ஒருவனின் மேல் சந்தேகம் வர நிறுத்தி, ஏட்டை அழைத்து 'இவன் உள்ள இருக்கானா, இல்ல வெளில இருக்கானா..' எனக் கேட்டார். அவர் அந்தக் குற்றவாளியின் பெயரையும் போட்டோவையும் பார்த்தார். பின் 'வெளிலதான் இருக்கான் சார்..' என்றார்.

அப்போது, வாசலில் ஒரு ஆட்டோ வந்து நின்றது. அதிலிருந்து ரஞ்சனி இறங்கினாள். போலீஸ் ஸ்டேஷனுக்கு வருகிறோம் என்கிற அச்சம் கொஞ்சமும் அவளது முகத்தில் தெரியவில்லை. மாறாக, அழகுதான் தெரிந்தது. சில பெண்கள் மட்டும்தான், எளிமையாக உடுத்துகிற போதும் கூட, அழகாகத் தெரிவார்கள். அந்தத் தர வரிசையில் அவள் இருந்தாள். பாரதியாரின் 'நேர் கொண்ட பார்வையுடன்' நடந்து உள்ளே வந்தாள். வாசலில் நின்ற சென்ட்ரி யிடம் 'இன்ஸ்பெக்டரைப் பாக்கணும்..' என்றாள். அதைக் கலிவரதனும் கவனித்தார். அவருக்கு, அவள் ரஞ்சனி போல் இருக்கிறாளே என்கிற யோசனை வந்தது. அதற்குள், அவள், அவர் அருகே வந்து விட்டாள்.

'வணக்கம் சார்.. என் பேரு ரஞ்சனி..' கை குவித்தாள்.

பதிலுக்கு அவரும் 'வணக்கம்..' என்றார். தான் நினைத்தது சரியாகி விட்டது. அவள் ரஞ்சனியேதான். 'உட்காரும்மா..' என்றார். அவள் உட்கார்ந்து கொண்டு 'ஸாரி சார்.. ஒரு மிஸ்டேக் நடந்து போச்சு..' என்றாள்.

அவர் 'என்ன' என்பது போல் பார்த்தார்.

'நான் அப்பப்பப் பத்திரிகைகள்ல சிறுகதைகள் எழுதறது உண்டு.. இன்னிக்கு, முதன்முறையா, கலியுகம்ங்குற பத்திரிகையிலேருந்து தொடர்கதை எழுத முடியுமான்னு கேட்டாங்க.. யாருக்குக் கிடைக்கும் இந்த வாய்ப்பு.. நான் உடனே எழுதுறேன்னு சொன்னேன்.. அப்ப, என்ன தலைப்புங்குறதை யோசிச்சுட்டு, உடனே மெசேஜ் பண்ணுங்க.. நாங்க இந்த வார இஷ்யூவ்லேயே அறிவிப்பு வச்சுடுறோம்ன்னு சொன்னாங்க.. எனக்கு சந்தோஷத்துல கைகால் ஓடல..

கஸ்டமர்ஸ் எல்லாரையும் வெயிட்டிங்ல போட்டுட்டு, ஆபீஸ் டாய்லட் போய் உட்கார்ந்து, என்ன டைட்டில் வைக்கலாம்னு யோசிக்க ஆரம்பிச்சுட்டேன்.. அப்பதான், 'ஆபத்தில் இருக்கிறேன்' காப்பாற்றுங்கள் அப்படிங்குற தலைப்பு தோணிச்சு.. உடனே, என் ஃபோன்ல டைப் பண்ணி, கலியுகம் பத்திரிகைக்கு சென்ட் பண்றதுக்கு பதிலா, பதட்டத்துல, கலிவரதன்குற உங்க பேருக்கு சென்ட் பண்ணிட்டேன்.. அவங்ககிட்டேருந்து ரிப்ளை வரும்னு வெயிட் பண்ணிகிட்டு இருந்தேன்.. பத்து நிமிஷமாகியும் எந்த ரிப்ளைவும் இல்லை.. என்னடா இது ரிப்ளையக் காணோமேன்னு சந்தேகப்பட்டு, சென்ட் பண்ண மெசேஜை எடுத்துப் பார்த்தேன்.. அப்பதான், அதை உங்கப் பேருக்கு பை மிஸ்டேக்கா சென்ட் பண்ணியிருக்கேன்குறது புரிஞ்சுது.. அதுக்கப்புறம் அவங்களுக்கும் சென்ட் பண்ணி விட்டேன்.. அடுத்த நிமிஷமே அவங்ககிட்டேருந்து குட் டைட்டில்ன்னு ரிப்ளை வந்தது. அந்த சந்தோஷத்துல, உங்களுக்கு, ஸாரி சார், ராங் மெசேஜ் ன்னு மறுபடியும் ஒரு மெசேஜ் சென்ட் பண்ண மறந்துட்டேன்.. ஸாரி சார்..'

கலிவரதனுக்கு அவளைப் பார்க்கக் கோபமாக வந்தது. அதே சமயம் கேஸ் எளிதில் முடிந்ததில் சந்தோஷமாகவும் இருந்தது.

'ரைட்டருங்குறீங்க.. கவனமா இருக்க வேண்டாமா.. நீங்க பண்ண ஒரு சின்னத் தவறுனால, எங்களுக்கு எவ்வளவு பெரிய டென்ஷன் தெரியுமா.. எந்த ஒரு கம்ப்ளைன்டையும் நாங்க ஈஸியா எடுத்துக்க முடியாது.. நீங்க நிஜமா அனுப்புறீங்களா, இல்ல மிஸ்டேக்கா அனுப்புறிங்களான்னு எங்களுக்கு எப்படித் தெரியும்.. எல்லாத்துக்கும் ஒரே மாதிரி ஆக்ஷன்தான்.. இவ்வளவு விழிப்போட வேலைப் பாக்கும் போதே நெட்ல எழுதி கிழிக்குறாங்க.. அதுக்கு மேல நாங்க என்ன பண்ண முடியும்..'

ரஞ்சனி மறுபடியும் ஒரு தடவை 'வெரி ஸாரி..' என்றாள். கலிவரதன் 'பரவாயில்ல விடுங்க.. எந்த ஆபத்துலயும் சிக்காம இருந்திங்களே.. அதுவே சந்தோஷம்தான்..' என்று கூறி அவளை வீட்டிற்கு அனுப்பி வைத்தார்.

ரஞ்சனி வீட்டிற்கு வந்தாள். மணி பார்த்தாள். 12.10. தனது கம்ப்யூட்டர் முன்னால் உட்கார்ந்து, தான் எழுதப் போகும் தொடர் கதைக்கான முதல் வரியை, டைப் செய்ய ஆரம்பித்தாள்.

'இரவு மணி 9.00. இன்ஸ்பெக்டர் கலிவரதனுக்கு 'ஆபத்தில் இருக்கிறேன்.. காப்பாற்றுங்கள்..' என ஒரு நம்பரிலிருந்து மெசேஜ் வந்தது..'

7

ஒரு நடிகையின் நன்றிக்கடன்

டைரக்டர் திருஞானம்தான் ரியாவை ஹீரோயினாக அறிமுகப்படுத்தினான். 'லவ்' என்கிற அந்தப்படம் தமிழ்நாட்டின் பட்டிதொட்டியெங்கும் ஓடி, ஒரே இரவில் அவளை பெரிய நடிகையாக்கியது. அதன் பிறகு, பெரிய டைரக்டர்கள், பெரிய ஹீரோக்கள் படங்கள் என்று முப்பது படங்களுக்கு மேல் நடித்து விட்டாள். இன்று அவளது சம்பளம் இரண்டு கோடி.

அவள் நடிக்க வாய்ப்புத் தேடி அலைந்தபோது, சினிமா உலகத்தைப்பற்றிப் பலரும் பல மாதிரி பேசினார்கள். கால் டாக்ஸி ஓட்டிக்கொண்டிருந்த அவளது அப்பா, (இப்போது பெரிய ட்ராவல்ஸ் ஓனர்) "ஆயிரம் ரூபா சம்பளம் கிடைக்குற ஒரு வேலைக்குக் கூட போ.. ஆனா சினிஃபீல்டு வேண்டாம்மா.." எனத் தடுத்தார். அம்மாதான் அவளுக்கு சப்போர்ட் பண்ணினாள். ஆச்சரியம் என்னவென்றால், முதல் படத்தில் அவளுக்கு அந்த மாதிரியான அனுபவங்கள் எதுவும் நிகழவில்லை. ஹீரோவும் புதுசு என்பதால், அவன் தள்ளியே நின்றான்.

திருஞானத்திற்கு அது நான்காவது படம். அதற்கு முன் அவன் எடுத்த மூன்று படங்களும் சூப்பர் ஹிட். ஸ்பாட்டில் டைரக்னைத் தவிர வேறு எதிலும் அவனது கவனம் சிதறாது. ஒருநாள் ஹீரோ அவளைக் கட்டியணைத்து முத்தமிடும் காட்சி எடுக்கப்பட்டது. இரண்டு மூன்று டேக்குகள் போயும், அவன் சரியாகச் செய்ய வில்லை. திருஞானத்திற்கு கோபம் வந்து விட்டது. "என்னய்யா நடிக்குற.." என்று கூறி, ரியா அருகில் வந்து, அவளை, தனது வலது கையால் வேகமாக இழுத்து இடது கையால் கட்டியணைத்து, அவளது கன்னத்தில் ஆழமாக முத்தமிட்டு "இப்படிப் பண்ணு.." என்றான். ரியா அவனை ஆச்சரியமாகப் பார்த்தாள். அவன் தன்னைத் தொட்டு நடித்த போது, தனக்குதான் ஒருமாதிரியாக இருந்ததே தவிர, அவனது மனதில் எந்த எண்ணமும் எழுந்ததாக தெரியவில்லை. அதன்பிறகு, அந்தக் காட்சி ஓகேயானது.

அன்று மாலை பேக்கப் ஆனதும், திருஞானம் ரியாவிடம் “ஹோட்டலுக்குப் போனதும் ஃபிரஷ் பண்ணிகிட்டு என் ரூமுக்கு வா... நீ மட்டும் வந்தா போதும்..” என்று சொல்லி காரில் ஏறிப்போனான். அவன் அப்படி அழைத்தது அவளுக்கு ஆச்சரியமாகவும், குழப்பமாகவும் இருந்தது. எதற்காக அழைத்திருப்பான்? அவள் அந்தப் படத்தில் நடிக்க ஆரம்பித்து நாற்பது நாட்கள் கடந்து விட்டது. ஏறக்குறைய எழுபது சதவிகிதப் படப்பிடிப்பு முடிந்துவிட்டது. இந்த நாற்பது நாட்களில் ஒருமுறை கூட அவன் அப்படி அழைத்ததில்லை.

ஹோட்டலுக்கு வந்ததும் அம்மாவிடம் விஷயத்தைச் சொன்னாள். அம்மாவிற்குச் சந்தேகம் எழுந்தது. போகலாமா வேண்டாமா என்கிற விவாதமும், குழப்பமும் நீடித்தது. இதை யாரிடம் சொல்லி சந்தேகத்தைத் தெளிவது. நாமே பரப்பி விட்டது போல் ஆகி விடாதா? இத்தனை நாள் ஸ்பாட்டில் சுத்தமாக நடந்து கொண்டவன், இந்த நாளுக்காகத்தான் காத்திருந்தானோ? போகாவிட்டால் என்ன நேர்ந்து விடும்.? இந்தப் படத்திலிருந்து தூக்கி விடுவானா? அப்படித் தூக்கினால் யாருக்கு நஷ்டம்? அவனுக்கா, தனக்கா? அவனுக்கு ஒரு நஷ்டமும் இல்லை. அவன் படத்துக்கு இருக்கிற பிசினஸுக்கு, அவனால் வேறொரு ஹீரோயினைப் போட்டு இன்னொரு நாற்பது நாள் சூட்டிங் நடத்தி விட முடியும். ஆனால் தனக்குதான் கேரியர் ஸ்பாயிலாகி விடும்.. திருஞானம் தனது படத்திலிருந்து ஹீரோ யினைத் தூக்கி விட்டான் என்று தெரிந்தால், வேறு எவனும் நடிக்கக் கூப்பிட மாட்டான். ஆக தனக்குத்தான் நஷ்டம் என்பது அவளுக்குத் தெள்ளத்தெளிவாகப் புரிந்தது. அம்மா “நான் வேணா போன் பண்ணி ஃபீவரா இருக்குன்னு சொல்லிடவா..“ எனக் கேட்டாள். அவள் “அதெல்லாம் வேண்டாம்.. நான் போயிட்டு வரேன்.. என்ன நடந்தாலும் ஃபேஸ் பண்ணுவோம்..“ எனப் பதிலளித்தாள். குளித்து முடித்து, தனக்கு இஷ்டமான ஒரு டிரஸ்ஸை எடுத்து மாட்டிக் கொண்டு, புறப்பட்டு போனாள்.

திருஞானத்தின் ரூம் அருகில் வந்து காலிங் பெல்லை அழுத்தினாள். அவன் கதவை திறந்தான். உள்ளிருந்து லவண்டர் வாசம் வீசியது. “வெல்கம்“ என்றான். அவள் உள்ளே வர கதவைச் சாத்தினான். அவளுக்குப் படபடவென்று வந்தது. உட்காரச் சொன்னான். உட்கார்ந்தாள். “என்ன சாப்பிடுற..“ எனக்கேட்டான். அவளுக்குப் பயத்தில் பேச்சு வரவில்லை. நாக்கு மேலண்ணத்தில் ஒட்டிக்கொண்டது. “என்ன சாப்பிடுறன்னு கேட்டேன்..” அவன் மீண்டும் கேட்டான்.

அவள் சிரமப்பட்டு “எதுவும் வேண்டாம் சார்..” என்றாள். அவன் “ஓகே” என்றுவிட்டு, “இப்ப உன்னை எதுக்காக வரச்சொன்னேன் தெரியுமா..” எனக் கேட்டான். அவளுக்கு என்ன பதில் சொல்வது என்று தெரியவில்லை. நிமிர்ந்து அவனை ஒருமுறை பார்த்தாள். அவன் வெகு இயல்பாக இருந்தான். “தெரியல இல்ல..” என்று கூறி “இத்தனை நாளா உனக்கு என்ன பேர் வக்கிறதுன்னு தோணாமலே இருந்துகிட்டிருந்துது.. இன்னிக்குக் காலம்பறதான் தோணிச்சு.. இனிமே நீ அலமேலு இல்ல.. ரியா..” என்றான். அவள் நினைத்தது போல் எதுவும் நடக்காததால் ஏமாற்றமாகவும், தன்மேல் தனக்கே வெறுப்பாகவும் உணர்ந்தான். எவ்வளவு உயர்ந்த நோக்கத்திற்காகத் தன்னை அழைத்திருக்கிறான். அதைப் புரிந்து கொள்ளாமல் தான் அவனைக் கீழ்த்தரமாக நினைத்து விட்டோமே? அவளது கண்களில் நீர் கோர்க்க ஆரம்பித்தது. “தாங்ஸ் சார்..” என்று சொல்லி, அவனது காலில் விழப்போனாள். அவன் அவளைத் தொட்டுத் தடுத்து நிறுத்தி “ஆல் த பெஸ்ட்..” என்றான். அதற்கு மேல் அவளுக்கு என்ன சொல்தென்று தெரியவில்லை. உடனே புறப்பட்டுச் செல்வதா அல்லது சிறிது நேரம் அவனுடன் பேசிவிட்டுச் செல்வதா என யோசனையாக இருந்தது. ஆனால் அவனே அதற்கு விடையளிக்கும் வண்ணம் “சரி நீ கிளம்பு.. நான் நாளைக்கு ஷூட்டிங் பற்றி அசிஸ்டென்ட்ஸோட டிஸ்கஸ் பண்ணனும்..” என்றான். அவள் “சரி சார்..” என்று சொல்லி புறப்பட்டாள். வாசலை நெருங்கும் போது “பேர் புடிச்சுருக்குதான..” எனக் கேட்டான். அவள் “ரொம்ப சார்..” என்று சொல்லி வெளியேறினாள்.

ரூமுக்கு வந்தவுடன், நடந்த விஷயத்தை அம்மாவிடம் சொல்லி, அவளை கட்டிக்கொண்டு அழ ஆரம்பித்தாள்.

அதன்பிறகு, அந்தப்படம் ரிலீசாகிற வரை, திருஞானம் அவளைக் கண்டுகொள்ளவே இல்லை. பிரிவியூவில்தான் பார்த்தான். “படம் நல்லா வந்துருக்கு..” என்று மட்டும் கூறினான்.

ஒரு பியூட்டி பார்லரில் சாதாரண பியூட்டிஷியனாக வேலை பார்த்த அலமேலு, இன்று தமிழ்நாட்டில் அழகின் அடையாளமாகக் காட்சியளிக்கிறாள் என்றால், அதற்கு அவனே முழுமையான காரணம். இன்று, அவளிடம் கார், பங்களா என எல்லா வசதிகளும் இருக்கிறது. பணம் பத்துத் தலைமுறைக்குத் தேறும். ஆனாலும், அவள் மனதில் ஏதோ ஒரு ஏக்கம் குடி கொண்டிருந்தது. அது என்ன எனத் திரும்பத் திரும்ப யோசித்துப் பார்த்தாள். ஒருநாள் புரிந்தது.

தன்னுடைய இந்த நிலைக்குக் காரணமான தனது டைரக்டர் திருஞானத்திற்கு நன்றிக் கடனாகத் தான் இதுவரை எதுவுமே செய்யவில்லை என்று. என்ன செய்யலாம்..? ஒரு காஸ்ட்லியான காரை வாங்கிப் பரிசளிக்கலாமா? அப்படிப் பார்த்தால் அவனிடம் நான்கு கார்கள் இருக்கிறது. ஒரு வீட்டை வாங்கிக் கொடுத்து விடலாமா? அதற்கும் வாய்ப்பு இல்லை. அவனது வீட்டில் பத்து குடும்பங்கள் வசிக்கலாம், அவ்வளவு பெரிய வீடு.. வேறு என்னதான் பண்ணலாம்.. அவள் யோசித்தாள்.. பொருளாகக் கொடுத்தால் அது ஈடாகாது.. வேறு என்ன கொடுப்பது? தன்னையே கொடுத்தால்? அதுதான் சரி என்று தோன்றியது. இரண்டு நாட்களில் வர இருக்கும், தனது பர்த்டே அன்று அவனை மட்டும் அழைப்பது எனத் தீர்மானித்தாள்.

எடிட்டிங்கில் இருந்த திருஞானத்தின் போன் ஒலித்தது. பெயர் பார்த்தான். “ரியா” என்றிருந்தது. ஆன் பண்ணி “ஹலோ..” என்றான். மறுபுறம் ரியா தயக்கத்துடன் “சார்.. எப்படியிருக்கிங்க..” எனக்கேட்டாள். அவன் “ம்.. ஃபைன்.. நீ எப்படியிருக்க..” எனக்கேட்டான். அவள் “உங்க புண்ணியத்துல ஓஹோன்னு இருக்கேன்.. ஒரு குறையுமில்ல..” என்றாள். அவன் “சரி சொல்லு.. என்ன விஷயம்..” எனக் கேட்டான். அவள் “வர்ற சன்டே அன்னிக்கு என்னோட பர்த்டே.. அதுல நீங்க கலந்துகிட்டு என்னை விஷ் பண்ணனும்..” என்றாள். அவன் “வேலை நிறைய இருக்கு.. பார்க்குறேன்..” என்றான். அவள் “காரணமெல்லாம் சொல்லாதிங்க.. கண்டிப்பா வரணும்..” என்றாள். அவன் “சரி வர்றேன்..” என்றான்.

வீட்டில் வைத்துக் கொண்டாடினால், தான் நினைத்தததைச் சாதிக்க முடியாது என்பதால், ஹோட்டலில் ஏற்பாடு செய்தாள். வழக்கம் போல், அன்று காலை அப்பா அம்மாவுடன் ஆனந்தா குருகுலத்திற்குப் போய், அங்குள்ள குழந்தைகளுக்கு ஆடைகள் பரிசளித்து, அவர்களுடன் உட்கார்ந்து உணவருந்தி விட்டு, புறப்பட்டு வந்தாள். மாலை, தான் ஏற்பாடு செய்திருந்த ஹோட்டலுக்குப் புறப்பட்டாள். வெளிர் நீலத்தில் மெல்லிய புடவை அணிந்திருந்தாள். ஸ்லீவ்லெஸ் ஜாக்கெட் போட்டிருந்தாள். காரைத் தானே ஓட்டி வந்தாள். ஹோட்டல் போர்டிகோவில் நிறுத்த, ஹோட்டல் டிரைவர் வந்து காரை எடுத்துச் சென்றான். அவள் தனது ரூமுக்கு வந்தாள். மனசு முழுக்க சந்தோஷம் நிரம்பியிருந்தது. இத்தனை நாள் ஏக்கத்திற்கு இன்று விடிவு கிடைக்கப்போகிறது. ரிசப்ஷனில் பேசி குக்கை தனது ரூமுக்கு வரச் சொன்னாள். குக் வந்ததும்

திருஞானத்திற்குப் பிடித்த உணவு வகைகளை ஆர்டர் பண்ணி "ஒரு விஐபி வர்றார்.. நல்லா பண்ணிக் குடுங்க.." என்று சொல்லி அனுப்பினாள். பாருக்கு போன் பண்ணி ரெமிமார்ட்டின் ஒரு பாட்டில் ஆர்டர் பண்ணினாள். மணியைப்பார்க்க 6-40 எனக் காட்டியது. இன்னும் இருபது நிமிடத்தில் அவன் வந்து விடுவான். தன்னை முழுவதுமாக அவனுக்குச் சமர்பிக்க வேண்டும்.. தன்னுடைய எண்ணம் சரிதானா? அவன் அதை ஏற்றுக் கொள்வானா? ஏற்றுக்கொள்ளாவிட்டாலும், ஏற்றுக்கொள்ள வைக்க வேண்டும். அப்போதுதான் அந்தக் காயத்திலிருந்து தான் வெளியே வர முடியும்.. எத்தனை நாள் அதன் வலியுடனே வாழ்வது. வேறு எந்த டைரக்டர்கள் மேலோ அல்லது ஹீரோக்கள் மேலோ அவளுக்கு எந்தவிதமான விசுவாசமும் இல்லை. அவர்கள் எல்லாம் ஏதோ ஒருவகையில் நன்றிக் கடனைத் தீர்த்துக் கொண்டவர்கள்தான்.

7-00 மணி. காலிங்பெல் ஒலித்தது. அவள் எழுந்து போய்க் கதவைத் திறந்தாள். திருஞானம் பொக்கேவுடன் நின்று கொண்டிருந்தான். அவள் "வெல்கம்" என்றாள். அவன் உள்ளே வர, அவள் கட்டியணைத்து வரவேற்க மிக நெருக்கத்தில் வந்தாள். அவன் அதைப் புரிந்து கொண்டு பட்டும்படாமலும் கட்டியணைத்தான். இவனை சம்மதிக்க வைப்பது என்பது எதிரிநாட்டுடன் போர் செய்து வெற்றி பெறுவதற்கு நிகரான ஒரு செயலாகும். பொக்கேவை அவளிடம் நீட்டி "வாழ்த்துக்கள் ரியா.. சினிமாவுல நீ இன்னும் நிறைய சாதிக்கணும்.." என்றான். அவள் உச்சி குளிர்ந்து "தாங்ஸ் சார்.." என்றாள். அவன் "நீ கூப்பிட்டதாலதான் வந்தேன்.. போஸ்ட் புரொடக்ஷன் ஒர்க் டைட்டா போய்ட்டு இருக்கு.." என்று கூறி "வேற யாரையும் இன்வைட் பண்ணலியா.." எனக் கேட்டான். அவள் "இல்லை.." என்றாள். அவன் "ஏன்.." எனக் கேட்டான். அவள் "தோணல.. ஆறு வருஷமா எல்லா கூத்தும் அடிச்சு முடிச்சாச்சு.. இது உங்களுக்காக மட்டும்.. ஸ்பெஷலா.." என்றாள். அவன் புரியாமல் பார்த்தான்.

அப்போது காலிங்பெல் ஒலித்தது. ரியா கதவைத் திறந்தாள். அவள் ஆர்டர் பண்ணிய ஃபுட் ஐட்டங்களையும், ரெமிமார்ட்டினையும் பேரர் கொண்டு வந்து வைத்து விட்டுப் போனான். அதைப்பார்த்த திருஞானம் அதிர்ச்சி அடைந்தான். 'என்ன இதெல்லாம்.. எப்ப ஆர்டர் பண்ண.." எனக்கேட்டான். அவள் "நீங்க வர்றதுக்கு முன்னாடியே ஆர்டர் பண்ணிட்டேன்.." என்றாள். அவன் "கேட்டுட்டு பண்ணியிருக்கலாம் இல்ல.." எனக்கேட்டான். அவள்

"கேட்டுருந்தா வேணாம்ன்னு சொல்லியிருப்பிங்க.. இன்னிக்கு உங்கள நான் விடறதா இல்ல.. இதை சாப்பிட்டுதான் போறீங்க.." என்றாள். அவள் அப்படிப் பேசியது அவனுக்கு ஆச்சரியமாக இருந்தது. தன்னிடம் ஒரு வார்த்தை பேச பயப்படுகிறவள் அவள். அதே சமயம் அவளது அன்பின் பிடி இறுகுவதை அவன் உணர்ந்தான். "என்னை நீ தர்மசங்கடத்துல ஆழ்த்துற ரியா.." என்றான். அவள் "ஒரு சங்கடமும் இல்லை.. இன்னிக்கு நான் இருக்குற இந்த பொசிஷன் நீங்க போட்ட பிச்சை.. என்கிட்டேயிருந்து எதை எடுத்துக்குறதுக்கும் உங்களுக்கு உரிமை இருக்கு.." என்றாள். அவன் "தப்பு.. நான் வாய்ப்பு குடுத்தேன்தான்.. இல்லைன்னு சொல்லல.. ஆனா உன்னோட வளர்ச்சிக்குக் காரணம் உன் அழகும், உன்கிட்ட இருக்குற திறமையும்தான்.." என்றான். அந்த பதில் அவனை, அவளது மன வானில் மேலும் உயர்த்திப் பறக்க வைத்தது. அவள் நேரடியாகக் கேட்டாள். "இப்ப என் கூட ட்ரிங்ஸ் சாப்பிடுவிங்களா.. மாட்டிங்களா.. மாட்டேன்னு சொன்னிங்கன்னா நான் நடிக்கிறதையே நிறுத்திடுவேன்.." என்றாள். அவன் அதிர்ந்து போனான். ஒரு முடிவோடுதான் அழைத்திருக்கிறாள் போலிருக்கிறது. "சரி ஊத்து.." என்றான்.

பாட்டிலைத் திறந்து இரண்டு கிளாஸில் ஊற்றினான். இரண்டு மூன்று ரவுண்டுகள் அமைதியாகப் போனது. திருஞானம் தான் பட்ட கஷ்டங்களை அவளுடன் பகிர்ந்து கொண்டான். நான்காவது ரவுண்ட் போகும் போது, ரியா எழுந்து அவன் அருகில் வந்து, அவனை உரசிக்கொண்டு உட்கார்ந்தாள். அவன் அவளை தடுமாற்றத்துடன் நிமிர்ந்து பார்த்தான். அவள் தனது கையால் அவனை கட்டியணைத்தாள். அவன் புரிந்து கொண்டவனாக "வேணாம் ரியா.." என்றான். அவள் "எனக்கு வேணும்.." என்றாள். அதற்கு மேல் அவனால் அவளை தடுத்து நிறுத்த முடியவில்லை. அவனது சட்டை பட்டனை மெல்லக் கழற்ற ஆரம்பித்தாள். அதன் பிறகு.. அதன் பிறகு.. விளக்கு அணைக்கப்பட்டது.

கட்டிலில் படுத்திருந்த திருஞானம், ரியா இருவரின் மேலும் வெய்யில் படர ஆரம்பித்தது.. விடிந்து விட்டதை உணர்ந்த அவன் சட்டென்று எழுந்து கொண்டான். அந்த அசைவில் அவளும் எழுந்து உட்கார்ந்தாள். அவனுக்கு நடந்த சம்பவம் நினைவுக்கு வந்தது. மனதில் அச்சம் ஏற்பட்டது. தான் எல்லை மீற வைக்கப்பட்டதை உணர்ந்தான். ரியாவைப் பார்த்த போது எரிச்சலாக வந்தது.

“என்ன ரியா இப்படிப் பண்ணிட்ட... பத்து வருஷமா கட்டிக்காத்த கற்பு... அதை இப்படி ஒரே ராத்திரில அடிச்சு வீழ்த்திட்டியே..”

“எனக்கு இப்பதான் மனசு நிம்மதியா இருக்கு.. இது உடம்பு சுகத்துக்காக நடந்துகிட்டது இல்ல.. மனசுல ஏற்பட்ட வலியைப் போக்குறதுக்காக நடந்துகிட்டது.. எல்லாத்துக்குமே பிரதி உபகாரம் எதிர்பார்க்குற மனுஷங்க மத்தியில.. எனக்கு இவ்வளவு பெரிய வாழ்க்கையை அமைச்சுக் குடுத்துட்டு, அதைப்பத்தி எந்த எதிர்பார்ப்புமே இல்லாம இருக்கிங்களே.. அதை நினைக்கும் போதுதான் எனக்கு அந்த வலி ஏற்பட ஆரம்பிச்சுது.... நன்றிக்கடனா உங்களுக்கு எதாவது செய்யணுமேன்னு மனசு கிடந்து அடிச்சுகிட்டிருந்தது.. என்கிட்ட இருக்குற பொருட்கள்ல விலை உயர்ந்த பொருள் எதுன்னு யோசிச்சுப் பார்த்தேன்.. அப்படி எதுவுமே இல்ல.. அதுக்கப்புறம்தான் அந்த விலை உயர்ந்த பொருள் நான்தான்னு தோணிச்சு.. அதை உங்களுக்குக் குடுத்துடுறதா முடிவு பண்ணினேன்.. இது சரியான்னு கேட்டா.. என்னைப் பொருத்த வரைக்கும் சரின்னுதான் சொல்வேன்.. மத்தவங்களப்பத்தி எனக்குக் கவலை இல்லை.. நான் விடுதலையடைஞ்சுட்டேன்.. இப்ப எனக்கு எந்த உறுத்தலும் இல்ல.. இனி என்னோட நாட்களை சந்தோஷமாக் கழிப்பேன்.. ஒருவேளை சாக வேண்டிய சந்தர்பம் வந்தா, யாருக்கும் எந்த பாக்கியும் வக்கலங்குற நிம்மதியோட செத்துப் போவேன்..” என்றாள்.

அவன் அவளையேப் பார்த்தான். அவள் பேசியது அவளது நியாயங்கள். அதை ஏற்றுக் கொள்ளும் மனமுதிர்ச்சியில் அவன் இல்லை. எழுந்து அமைதியாக சட்டை பேண்ட்டை போட்டுக் கொண்டான். “வரேன் ரியா..“ என்று மட்டும் சொல்லி விட்டு வெளியில் வந்து நடக்க ஆரம்பித்தான்.

அவளது வலி தீர்ந்து விட்டது.

அவனுக்கு வலி தொடங்கியது.

8
டீச்சர் செய்த தவறு

கோவை எக்ஸ்பிரஸ் சென்ட்ரலை வந்தடையும் நேரம் என்பதால், கணேசன், அவனது ஆட்டோவை வேகமாக ஓட்டினான். ஒரு சவாரியை, புரசைவாக்கத்தில் இறக்கி விட்டு, சூளை வழியாக சென்ட்டிரலை நோக்கி வேகவேகமாக வந்தான். எதிரே யார் வருகிறார்கள், அல்லது எந்த வண்டி வருகிறது என எதுவுமே அவனது கவனத்திற்கு வரவில்லை. கோவை எக்ஸ்பிரஸிலிருந்து இறங்கி வெளியில் வரும் ஏதாவது ஒரு பயணியை, மற்ற ஆட்டோக்காரர்களை முந்திக் கொண்டு தான் சவாரி பிடித்து விட்டால், அதன் மூலம் கிடைக்கும் முன்னூறோ.. நானூறோ.. அது மட்டுமே அவனது கவனத்தில் இருந்தது. டிரெயின் ஸ்டேஷன் உள்ளே வந்து நிற்பதற்கும், அவன் ஸ்டேஷன் வாசலில் ஆட்டோவைக் கொண்டு வந்து நிறுத்துவதற்கும் சரியாக இருந்தது.

டிரெயினிலிருந்து மாலதி டீச்சர் இறங்கினாள். கையில் சிறியதாக ஒரு பேக் வைத்திருந்தாள். குளிர் காலம் என்பதால், தலைக்கு ஸ்கார்ஃப் கட்டியிருந்தாள். வெளியில் செல்ல எப்படிப் போக வேண்டும் என்பது தெரியாததால், மற்ற பயணிகள் எந்தப் பக்கம் செல்கிறார்கள் என்பதைக் கவனித்து, அந்த திசையை நோக்கி நடக்க ஆரம்பித்தாள். அவள் டீச்சர் வேலைக்குச் சேராமலே போயிருந் தாலும் கூட, யார் பார்த்தாலும் கையெடுத்துக் கும்பிடும்படியான ஒரு தோற்றத்தைப் பெற்றிருந்தாள். டீச்சரை அவளது சிறு வயதில் பார்த்தவர்களுக்கு, இப்போது பார்த்தால் பிடிக்காமல் போகலாம். காரணம், காதோர நரை. பத்து ஆண்டுகளுக்கு முன், ட்ரான்ஸ்பரில் கோயம்புத்தூருக்குப் போனவள், இப்போதுதான் சென்னைக்குத் திரும்பி வருகிறாள்.

ஸ்டேஷனை விட்டு வெளியே வந்தாள். கணேசன் 'ஆட்டோ வேணுமா..' எனக் கேட்டான். அவள் 'ஆமாம்.. நெசப்பாக்கம் போகணும்.. எவ்வளவு கேப்பிங்க..' எனக்கேட்டாள். கணேசன் 'மீட்டர் எவ்வளவு காட்டுதோ அதைக் குடுங்கம்மா..' என்றான். அந்த நேர்மை அவளுக்கு பிடித்திருந்தது. எதுவும் பேசாமல் ஏறி

உட்கார்ந்தாள். ஆனாலும் ஒரு சந்தேகம். 'மீட்டர் கரெக்ட்டாதான காட்டும்..' எனக் கேட்டாள். கணேசன் 'உழைச்சு சாப்பிடணும்ன்னு நினைக்குறவங்களுக்கு அடுத்தவங்க காசைத் திருடணும்ன்னு தோணாதும்மா..' என்று கூறி 'இது எங்க டீச்சர் எனக்கு சொல்லிக் கொடுத்தது..' என்றான். அவள் சிரித்தபடி 'நல்ல டீச்சர்..' என்றாள். அவன் 'நெசப்பாக்கத்துல எங்க போகணும்.. வழி தெரியுமா.. இல்ல அட்ரஸ் எதுவும் வச்சுருக்கீங்களா..' எனக் கேட்டான். அவள் 'வழியெல்லாம் மறந்துடுச்சு.. அட்ரஸ் இருக்கு...' என்று கூறி, தனது பர்சிலிருந்து ஒரு பேப்பரை வெளியில் எடுத்து, அவனிடம் கொடுத்து 'இந்த அட்ரஸ்தான்....' என்றாள். அவன் வாங்கிப் பார்த்தான்.

சென்னை என அதில் எழுதப்பட்டிருந்தது. அந்த அட்ரஸைப் படித்ததும் அவனுக்குத் தூக்கிவாரிப் போட்டது. காரணம் அது அவனுடைய அட்ரஸ். யார் இந்த அம்மா? எதற்காகத் தன்னைத் தேடி வந்திருக்கிறாள்? இதற்கு முன் இவளை எங்கும் பார்த்ததாக நினைவு இல்லையே? யோசனையுடன், ஆட்டோவை நிறுத்தினான். தனது அடர்ந்த தாடியை சொறிந்தபடியே, பின்னால் உட்கார்ந்திருக்கும் அவளைத் திரும்பிப் பார்த்தான். அவள் 'ஏன்ப்பா ஆட்டோவ நிறுத்திட்ட..' எனக் கேட்டாள்.

அவனுக்கு, அந்தக் குரலை மட்டும் எங்கேயோ கேட்ட நினைவு இப்போது வந்தது. யார் இவள்..? யார் இவள்..? என்கிற கேள்வியால் மூளையைத் துளைத்தெடுத்தான். ம்.. நினைவுக்கு வந்துவிட்டது. இவள் மாலதி டீச்சர்தானே.. ஸ்கார்ஃப் கட்டியிருந்ததால் அடையாளம் தெரியாமல் போய்விட்டது. இப்போது அடையாளம் தெரிந்ததும், அவனுக்கு அவள் மேல் இருந்த கோபம் கொப்பளித்துக் கொண்டு வந்தது. வாழ்க்கையில் ஒரு நல்ல நிலையில் இருந்திருக்க வேண்டியவன், இன்று ஆட்டோ ஓட்டிக் கொண்டிருக்கிறான் என்றால், அதற்குக் காரணம் அவள்தான். இவளையா தனது ஆட்டோவில் ஏற்றி வந்தேன்? எவ்வளவு பெரிய பாவ காரியம் செய்து விட்டேன்? நல்ல வேளை, தாடி வைத்திருந்ததால் தன்னை அவளுக்கு அடையாளம் தெரியாமல் போய்விட்டது. பத்து ஆண்டுகளுக்கு முன் செய்த தவறுக்கு, இப்போது பரிகாரம் தேட வந்திருக்கிறாளா? என்னதான் பரிகாரம் தேடினாலும், தான் இழந்த வாழ்க்கையை அவளால் திருப்பித் தர முடியுமா?

'ஆட்டோ ரிப்பேர்.. இதுக்கு மேல போகாது.. இறங்கிக்கங்க..' என்றான். அவள் சலித்துக் கொண்டவளாக 'என்னப்பா நீ.. ஏத்திகிட்டு வந்து இப்படிப் பாதி வழியில இறக்கி விடறியே..' என்று

கூறி இறங்கிக் கொண்டாள். மீட்டர் பார்த்து, பர்சை திறந்து பணத்தை எடுத்தாள். அவன் 'அதெல்லாம் ஒண்ணும் வேண்டாம்.. நீங்க கிளம்புங்க..' என்று கூறி, அட்ரஸ் எழுதப்பட்டிருந்த, அந்தக் காகிதத்தை, அவளது கையில் கோபமாகத் திணித்தான். அவள், வேறு ஆட்டோ கிடைக்குமா எனத் தேடி, தள்ளிப் போனாள். இவளிடம் காசு வாங்கினால், அது மகா பாவம்.

அப்படி என்ன பாவத்தை செய்து விட்டாள் அவள்?

சென்னை, வேப்பேரியிலுள்ள ஒரு பிரைவேட் ஸ்கூலில், கணேசன் ப்ளஸ் டூ படித்துக் கொண்டிருந்தான். ஸ்கூலில், ஃபர்ஸ்ட் மார்க் வாங்கும் மாணவன் அவன். மாவட்ட அளவில், ஃபர்ஸ்ட் மார்க் வாங்கும் நம்பிக்கை நட்சத்திரமும் கூட. இப்போது, மாநில அளவில் ஃபர்ஸ்ட் மார்க் வாங்கி விட வேண்டும் என்பதற்காக, கடுமையாகப் படித்துக் கொண்டிருந்தான். அப்படி மார்க் வாங்கியதும், கீழ்ப்பாக்கம் மெடிக்கல் காலேஜில், எம்.பி.பி.எஸ் சேர்ந்து, டாக்டராக பட்டம் பெற வேண்டும் என்பதே அவனது கனவாக இருந்தது. படிப்பில் கெட்டியாக இருந்தாலும், அவனது கவனம், அவ்வப்போது, தன்னுடன் படிக்கும் சித்ராவால் சிதற ஆரம்பித்தது.

சித்ரா அழகாக இருப்பாள். கொஞ்சம் த்ரிஷா சாயலில் இருப்பாள். அதற்காகவே, கணேசன் 'சாமி' படத்தைப் பதினாறு தடவைப் பார்த்திருக்கிறான். அதில் விக்ரம் த்ரிஷாவை கல்யாணம் செய்து கொள்ளும் காட்சி வரும் போதெல்லாம், அவன் எழுந்து, தியேட்டரை விட்டு வெளியில் போய் விடுவான். அவனுக்கு த்ரிஷாவை விக்ரம் கல்யாணம் செய்து கொள்ளவில்லை. சித்ராவை கல்யாணம் செய்து கொள்வதாக நினைத்துக் கொள்வான். தான் விரும்பும் ஒரு பெண்ணை, வேறொருவன் கல்யாணம் செய்து கொள்ளும்போது, அதை எந்த ஆணால்தான் பார்த்துக் கொண்டு சும்மா இருக்க முடியும்?

சித்ராவும் நன்றாகப் படிப்பாள். அவளுக்கும், கணேசனுக்கும்தான் எப்போதும் போட்டி. அவள், ஒரு தடவையாவது கணேசனை மிஞ்சி விட வேண்டும் என நினைத்துக் கடுமையாக படிப்பாள். ஆனால், ஒரு தடவை கூட அப்படி நடந்ததில்லை. மார்க் ஷீட் கொடுக்கும் போதெல்லாம், அவளுக்கு ஏமாற்றம்தான் மிஞ்சியது. இப்படி, அவள் அவன் மேல் மதிப்பு கொண்ட காரணத்தால், அவனது மனம், அவளை விரும்ப ஆரம்பித்தது. ஆரம்பத்தில் பெரிய பற்றுதலெல்லாம் ஒன்றுமில்லை. ஆனால் போகப்போகதான்

மணிபாரதி / 69

அவளைப் பிடிக்க ஆரம்பித்தது. சித்ரா, ஒரு அழகான பெண் என்கிற கவனமே, அதன் பிறகுதான் அவனுக்கு வர ஆரம்பித்தது. ஒருமுறை, அவளுக்காகத் தனது மார்க்கை விட்டுக் கொடுத்து, தான் இரண்டாம் இடத்திற்கு வந்து, அவளைச் சந்தோஷப்படுத்த வேண்டும் என நினைத்தான். அப்படி செய்யவும் செய்தான். ஆனால், அந்த முறையும், சித்ரா, அவனை விடக் குறைவான மார்க்கை வாங்கி, வழக்கம் போல், இரண்டாவது இடத்தையே பெற்றாள். தனது எண்ணம் ஈடேறாததால் அவன் கவலை அடைந்தான்.

ஒருநாள், மனதில் உள்ள காதலையெல்லாம் கொட்டி, அவளுக்கு ஒரு கடிதம் எழுதினான். அதை, விளையாட்டுப் பீரியடின் போது, யாரும் பார்த்திடாத வண்ணம் அவளிடம் கொடுத்தான்.

'என்னது இது..'

'படிச்சுப் பாரேன்..'

அவள் பிரித்துப் படித்தாள். முகம் பேயறைந்தது போல் மாறியது. திரும்பி அவனைப் பார்த்தாள். கண்களில் கோபாவேசம் தெரிந்தது. அவன் அதைப் பார்த்து நடுங்கிப் போனான்.

'என்ன லவ் பண்றியா.. இப்ப உன்னை என்ன பண்றேன் பாரு..' என்று கூறி அந்தக் கடிதத்தை எடுத்துக் கொண்டு வேகமாக ஓடினாள். அவள் எங்கு போகிறாள் என்பது தெரியாமல், அவன் திகைத்துப் போய் அந்த இடத்திலேயே நின்று கொண்டிருந்தான். சிறிது நேரத்தில் ஒரு பையன் வந்து 'உன்னை, மாலதி டீச்சர் ஸ்டாஃப் ரூமுக்கு வரச் சொல்றாங்க..' என்று சொன்னான். கணேசனுக்கு விஷயம் புரிந்துவிட்டது. சித்ரா, தான் கொடுத்த கடிதத்தை, மாலதி டீச்சரிடம் காட்டியிருக்க வேண்டும். மாலதி டீச்சர், மிகவும் கண்டிப்பானவள். கிளாஸிற்கு பத்து நிமிடம் லேட்டாக வந்தாலே, அவளது பனிஷ்மெண்ட் கடுமையானதாக இருக்கும். இவ்வளவு பெரிய தவறை செய்ததற்கு, என்ன மாதிரியான பனிஷ்மெண்ட்டை கொடுப்பாளோ என அச்சமாக இருந்தது. கடவுள்தான் தன்னைக் காப்பாற்ற வேண்டும்..

கணேசன் ஸ்டாஃப் ரூமுக்கு வந்தான். அங்கு மாலதி டீச்சர் பத்ரகாளியாக நின்று கொண்டிருந்தாள். உடன் சித்ராவும் நின்று கொண்டிருந்தாள். 'ஸ்கூலுக்குப் படிக்க வர்றியா.. இல்ல லவ் பண்ண வர்றியா..' என அவனிடம் உக்ரமாகக் கேட்டாள். அவன் 'இல்ல டீச்சர்..' என ஏதோ சொல்ல வர, அவள் அதை மறுத்து 'என்ன

நொள்ள டீச்சர்.. கேக்குற கேள்விக்குப் பதில் சொல்லாம வேற ஏதோ பேசிக்கிட்டு இருக்க.. வா ஹெட்மாஸ்டர் ரூமுக்கு..' என அழைத்தாள். கணேசன் கதிகலங்கிப் போனான். 'வேணாம் டீச்சர்.. நான் செஞ்சது தப்புதான்.. இனி அப்படிப் பண்ண மாட்டேன்.. ப்ளீஸ் என்னை மன்னிச்சுடுங்க..' எனக் கெஞ்சினான். அவள் 'நீ திருந்துவேன்னு எனக்கு நம்பிக்கை இல்லை.. உன்னை பனிஷ் பண்ணாதான், நாளைக்கு மத்த பசங்களும், இதே தப்பைப் பண்ண மாட்டாங்க..' என்று கறாராகப் பேசினாள். அவன் 'ப்ளீஸ் டீச்சர்.. ப்ளீஸ்..' எனக் கெஞ்சினான். அவள் அதைக் கண்டு கொள்ளாமல், அவனது காதைப்பிடித்துத் திருகி, ஹெட்மாஸ்டர் ரூமுக்கு இழுத்துச் சென்றாள்.

ஹெட்மாஸ்டரிடம், அந்தக் கடிதத்தை காட்டி, நடந்த விஷயம் அனைத்தையும் கூறினாள். அவர் அதிர்ச்சியுடன் பார்த்தார். பின் அவனிடம் 'ஏம்ப்பா நல்லா படிக்குற ஸ்டூடண்டாச்சே நீ.. ஏன் உன் புத்தி இப்படிப் போச்சு..' எனக் கேட்டார். அவன் என்ன பதில் சொல்வது எனத் தெரியாமல், அவரையே பாவமாகப் பார்த்துக் கொண்டிருந்தான். அவர் 'படிப்பு முக்கியம்தான்.. அதே சமயம் டிசிப்ளினும் முக்கியம்..' என்று கூறி, மாலதி டீச்சர் பக்கம் திரும்பி, 'சொல்லுங்க மாலதி.. இவனுக்கு என்ன பனிஷ்மெண்ட் குடுக்கலாம்..' எனக்கேட்டார். அவள், 'டீஸியக் குடுத்து அனுப்பிடலாம் சார்..' என்றாள். அவன், தேள் கொட்டியவனாக நிமிர்ந்து அவளைப் பார்த்தான். பின் ஹெட்மாஸ்டரிடம் 'ஸாரி சார்.. இந்த ஒரு தடவை மன்னிச்சுடுங்க சார்..' எனக் கதறினான். அவர் 'வேற மாதிரி தப்புன்னா மன்னிச்சுடலாம்.. அதுல திருந்துறதுக்கு வாய்ப்பு உண்டு.. ஆனா நீ பண்ணியிருக்குறது, லவ்வாச்சே.. இதுல திருந்துறதுக்கு வாய்ப்பே இல்ல.. சித்ராவ பாக்கும் போதெல்லாம் அந்த லவ் திரும்பத் திரும்ப உன் மனசுக்குள்ள எழுந்துகிட்டேதான் இருக்கும்.. அதனால, டீச்சர் சொன்ன பனிஷ்மெண்டுதான் கரெக்ட்டு.. நாளைக்கு உன் பேரன்ட்ட கூட்டிகிட்டு வந்து டீஸிய வாங்கிட்டுப் போயிடு..' என்றார். அவன் நிலைகுலைந்து போய் நின்றான்.

அப்போதுதான், அவனுக்கு அரையாண்டு தேர்வு முடிந்திருந்தது. மார்க் ஷீட் கூடக் கொடுக்கவில்லை. இன்னும், ஆறு மாதம் ஸ்கூல் இருக்கிறது. இந்த சூழலில், டீஸியைக் கொடுத்து அனுப்பினால், வேறு ஸ்கூலில் எப்படி சேர்த்துக் கொள்வார்கள்? ஸ்கூல் ஆரம்பித்த புதிது என்றால் பரவாயில்லை.. யார் கை காலிலாவது விழுந்து சேர்ந்து விடலாம்.. நடுவில் என்பதால் யார் சேர்ப்பார்கள்.? கணேசனின் அப்பா திருநாவுக்கரசு, ஹெட்மாஸ்டரின் காலைப்

பிடித்துக் கெஞ்சினார். மாலதி டீச்சர், அதில் மயங்கி விட வேண்டாம் என அவருக்கு ஜாடை காட்டினாள். அவளது விருப்பம் போலவே, கணேசனை டீஸி கொடுத்து அனுப்பி வைத்தார்கள். அதன் பிறகு, அவன் அப்பாவுடன் வேறு பல ஸ்கூலுக்கு, அலைந்து திரிந்து பார்த்தான். எங்கும் அவனை ஏற்றுக் கொள்ளவில்லை. ஆறுமாதம் சும்மா இருந்தாக வேண்டும் என்கிற நிலை அவனுக்கு ஏற்பட்டது. என்ன செய்தென்று புரியவில்லை.

அப்பாவிடம் கேட்டு, அவர் வைத்திருக்கும் ஆட்டோவை, அவர் பகலிலும், இவன் இரவிலும் ஓட்டலாம் என முடிவு செய்தான். அவர் அதற்கு சம்மதிக்கவில்லை. 'எவ்வளவு கஷ்டம் வந்தாலும் என்னோட போகட்டும்.. நீ படிக்கிற வேலையை மட்டும் பாரு..' என்றார். அவன் 'இல்லப்பா.. இந்த ஆறுமாசம் நான் சும்மா இருந்துதானே ஆகணும்.. அதுக்குப் பதிலா ஆட்டோ ஓட்டுறேன்..' என வற்புறுத்திக் கூறினான். அவர் அரை மனதோடு சம்மதித்தார். அப்போது ஆட்டோ ஓட்ட ஆரம்பித்தவன்தான். இன்று வரை ஓட்டிக் கொண்டிருக்கிறான். படிப்பில் இருந்த நாட்டம் சுத்தமாக போய் விட்டது. ஆறுமாதம் கழித்து, ஸ்கூல் புதிதாகத் திறந்த போது 'இனி என்னால ஸ்கூலுக்குப் போயெல்லாம் படிக்க முடியாதுப்பா.. அந்த மூடே போயிடுச்சு..' என மறுத்து விட்டான். அவனது அப்பா 'டாக்டரா பார்க்க வேண்டிய ஒரு புள்ளையை, இப்படி ஆட்டோ டிரைவரா ஆக்கிட்டாங்களே..' என்று கூறிக் கண் கலங்கினார்.

கணேசனின் நினைவை, அந்தக் குரல் கலைத்துப் போட்டது.

'எக்மோர் வர்ரியாப்பா..'

'போகலாம் சார்.. ஏறிக்கங்க..' என்றான். அந்த நபர் ஏறிக் கொள்ள, ஆட்டோ புறப்பட்டது. அவன் எல்லாவற்றையும் மறந்து, அன்று, பகலிலும் நிம்மதியாக ஆட்டோ ஓட்டினான். இரவானதும் வீடு திரும்பினான். ஆட்டோவை நிறுத்தி விட்டு வாசலுக்கு வந்ததும், இருளில் யாரோ உட்கார்ந்திருப்பது அவனுக்குத் தெரிந்தது. அருகில் வந்து உற்றுப் பார்த்தான். அது, மாலதி டீச்சர். அவனுக்குக் கோபம் தலைக்கு ஏறியது. அவளும் அவனை அடையாளம் கண்டு கொண்டு, காலையில், தன்னை ஆட்டோவில் ஏற்றி பாதி வழியில் இறக்கி விட்டவன் கணேசனா என ஆச்சரியப்பட்டாள். இருவரும் அடையாளம் கண்டு கொண்ட நிலையில், அவன் 'எதுக்காக என்னைத் தேடி வந்திங்க.. உங்க முகத்துலேயே முழிக்கக் கூடாதுன்னுதான பாதியிலேயே இறக்கி விட்டேன்..' என்றான் கடுமையாக.

‘என் பையனுக்குக் கல்யாணம் ஃபிக்ஸ் ஆயிருக்கு.. அந்த இன்விட்டேஷனை உனக்குக் கொடுத்துட்டு, உன்கிட்ட மன்னிப்புக் கேட்டுட்டு போகலாம்னுதான் வந்தேன்..’

அப்போது கணேசனின் அப்பா கதவைத் திறந்து கொண்டு வெளியே வந்தார். சூழலைப் புரிந்து கொண்டு, ‘என்னதான் கோபம் இருந்தாலும் வீடு தேடி வந்தவங்களை வாங்கன்னு கூப்பிடுறதுதான் மரியாதை..’ என கணேசனை சமாதானப்படுத்தி, இருவரையும் உள்ளே அழைத்தார். இருவரும் உள்ளே வந்தார்கள். டீச்சர் ‘எனக்குத் தெரியும்.. என் மேல இருக்குற கோபம் உனக்குப் போகாதுன்னு.. உன் வாழ்க்கை தடம் மாறுனதுக்குக் காரணமா இருந்தவளாச்சே.. கணேசா.. என்னை மன்னிச்சுடுப்பா.. நீ மன்னிச்சாதான் இந்தக் கல்யாணம் நல்லபடியா நடக்கும்..’ என்றாள்.

அவன் புரியாமல் பார்த்தான்.

‘நீ மன்னிக்குறதுக்கும் இந்தக் கல்யாணம் நல்லபடியா நடக்குறதுக்கும் என்ன சம்பந்தம்னு பார்க்கறியா.. என் பையன், கல்யாணம் பண்ணிக்கப் போற பொண்ணு வேற யாருமில்ல.. நம்ப சித்ராதான்..’

அவன் அதிர்ந்து போய்ப் பார்த்தான். தலை சுக்குநூறாக உடைந்தது போல் இருந்தது. அவனது அப்பாவும் வாயடைத்துப் போய் நின்றார்.

‘அது எப்படின்னு பாக்கறியா.. சித்ரா என்கிட்ட டியூஷன் படிக்குறதுக்கு வீட்டுக்கு வந்தப்ப, என் பையன் அவளைப் பார்த்துருக்கான்.. அவனுக்கு அவளைப் புடிச்சுப் போச்சு.. என்கிட்ட ஒருநாள், அந்த விஷயத்தைச் சொன்னான்.. எனக்கும் சித்ராவைப் புடிக்கும்.. அதனால, படிப்பை முதல்ல முடி.. அப்புறம், நானே அவகிட்ட பேசி அவளை உனக்குக் கல்யாணம் பண்ணி கொடுக்குறேன் இது ப்ராமிஸ்னு சொன்னேன்.. அந்த சமயத்துலதான், அந்த விஷயம் தெரியாத நீ, சித்ராவுக்கு லவ் லெட்டர் குடுத்த.. சித்ரா என்கிட்ட வந்து அதை காட்டினப்ப, எனக்குப் பயமாயிடுச்சு.. என் புள்ளை பெரிய படிப்பாளியெல்லாம் இல்லை.. அப்படியிருக்கும் போது, சித்ரா எந்தத் தகுதிய வெச்சு அவனை ஏத்துக்குவா.. ஆனா, உன்னை ஏத்துக்குறதுக்கு, உனக்கு எல்லாத் தகுதியும் இருந்துச்சு.. அதை யோசனைப் பண்ணினாலதான், உன்னை ஸ்கூல்ல வச்சுருந்தா, அவ உன்னை லவ் பண்ணிடப் போறாளேன்னு பயந்து, டீஸியைக் கொடுத்து அனுப்பினேன்.. அன்னிக்கு, ஒரு அம்மாவா ஜெயிச்சுட்

டேன்.. ஆனா ஒரு ஆசிரியையா தோத்துட்டேன்.. அந்தக் குற்ற உணர்ச்சி, எனக்குள்ள எப்போதும் இருந்துகிட்டே இருக்கு.. நான் பண்ணின அந்தப் பாவத்துக்கு, எந்த ஜென்மத்துலயும் மன்னிப்பு கிடையாது.. நீ மன்னிச்சா மாத்திரமே, என்னால நிம்மதியா வாழ முடியும்.. என் புள்ளையோட கல்யாணமும் நல்லபடியா நடக்கும்..' என்று கூறி கை கூப்பினாள். அவனுக்குக் கோபப்படுவதா அல்லது இரக்கப்படுவதா என்று புரியவில்லை. அவள், பேக்கிலிருந்து அவனது பெயர் எழுதப்பட்ட பத்திரிகையை எடுத்து, ஒரு தட்டில் வைத்து, அவன் முன் நீட்டினாள்.

'இதை ஏத்துகிட்டின்னா.. நீ என்னை மன்னிச்சுட்டதா அர்த்தம்.. ஏத்துக்கலைன்னாலும் பரவாயில்ல.. நான் பண்ணின பாவத்துக்கு கடவுள் என்ன தண்டனை வேணும்னாலும் கொடுக்கட்டும்.. அதை சந்தோஷமா ஏத்துக்குவேன்..'

அந்த வார்த்தை, கணேசனை நெருக்கியது. அவளும் தானும் நின்ற தோரணை, ஒரு மாணவி ஸ்தானத்தில் அவளும், ஒரு ஆசிரியர் ஸ்தானத்தில் தானும் நிற்பதைப் போல், அவனுக்குத் தோன்றியது. ஆசிரியர் ஸ்தானம் என்பது, மன்னிக்கும் மனநிலை கொண்டதாகத்தானே இருக்க வேண்டும்..? மாலதி டீச்சர், ஒரு ஆசிரியையாக இருந்தும், அதைச் செய்யத் தவறி விட்டாள். அதே தவறை, ஒரு மாணவனாக இருந்தாலும் தான் செய்துவிடக்கூடாது என நினைத்து, தனது அப்பாவை ஒருமுறைப் பார்த்து விட்டு, அவளது கையிலிருந்த அந்தப் பத்திரிகையை எடுத்துக் கொண்டான். 'தேங்ஸ் கணேசா..' என்று சொன்னவளின் கண்களிலிருந்து நீர் பொலபொலவென்று கொட்ட ஆரம்பித்தது.

9
திருப்பம்

இன்ஸ்பெக்டர் கலிவரதன் மூக்கின் மேல் கை வைத்தார்.

இறந்து கிடந்த பெண்ணின் உடம்பிலிருந்து அந்தளவுக்கு துர்நாற்றம் வீசியது. பூட்டிய வீடு மூன்று நாட்களாகத் திறக்கப்பட வில்லை. எதிர் ஃபிளாட்டில் குடி இருக்கும் சூர்யமூர்த்தி, சந்தேகம் வந்து போலீசுக்குப் போன் பண்ணினதன் பேரில், கலிவரதன் தனது டீமுடன் வந்து இறங்கி, கதவை உடைத்து உள்ளே போனார். பாத்ரூமில், அந்தப் பெண் தலையில் அடிபட்டு, முகம் சிதைந்து அலங்கோலமாகக் கிடந்தாள்.

மற்ற ஃபிளாட்டுகளில் இருந்தவர்களும், சூர்யமூர்த்தியும் அந்தக்காட்சியைப் பார்த்துத் தங்களது ரத்தம் உறைய நின்றனர். கலிவரதன் சூர்யமூர்த்தியிடம் விசாரணையைத் தொடங்கினார்.

"இந்தப் பொண்ணு யாருன்னு தெரியுமா.."

"தெரியும் சார்.. ராதிகா.."

"இந்த ஃபிளாட்லதான் இருக்காளா.."

"ஆமாம் சார்.."

"இவ கூட, வேற யாரெல்லாம் இருக்காங்க.."

"இவ ஹஸ்பென்ட் ராகுல் இருக்கான்.. நியூலி மேரிட்.."

"இவங்க இங்க குடி வந்து எவ்வளவு நாள் இருக்கும்.."

"நாலஞ்சு வருஷமா ராகுல் மட்டும் தனியா இருந்தான்.. ஆறு மாசத்துக்கு முன்னாலதான் இவளைக் கல்யாணம் பண்ணி கூட்டிட்டு வந்தான்..."

"ராகுலோட நம்பர் தெரியுமா.."

சூர்யமூர்த்தி சொன்னார். கலிவரதன் அந்த நம்பருக்குப் போன் பண்ணினார். "சுவிட்ச்டு ஆஃப்" என வாய்ஸ் மெசேஜ் வந்தது. பின்,

சூர்யமூர்த்தியிடம் "ராதிகா எப்படி இறந்துருக்கலாம்னு உங்களுக்கு ஏதாவது ஐடியா இருக்கா.." எனக் கேட்டார்.

"கல்யாணமான இந்த ஆறு மாசத்துல, அவங்க ரெண்டு பேரும் நிம்மதியா வாழ்ந்த மாதிரி தெரியல சார்.. எப்பவும் சண்டை சச்சரவுதான்.. நானே ரெண்டு தடவை அவங்களை சமாதானப்படுத்தியிருக்கேன்.."

"சண்டைக்கான காரணம்.."

"ராகுலுக்கு, வேற சில பொண்ணுங்க கூடவும் தொடர்பு இருக்கும் போலிருக்கு.. அதைத் தெரிஞ்சுகிட்ட ராதிகா, கல்யாணத்துக்கு முன்னால நீங்க எப்படி வேணும்னாலும் இருந்துருக்கலாம்.. ஆனா இப்ப ஒழுக்கமா இருக்கணும்.. கண்ட கண்டவல்லாம், கண்ட நேரத்துல போன் பண்றாளுங்க.. இது என்ன குடும்பமா, இல்ல, வேற தொழில் செய்யற இடமான்னு கத்திகிட்டு இருப்பா.. ஆனா ராகுல், எதுவுமே தெரியாதவன் மாதிரி கல்லுளிமங்கனாட்டம் உட்கார்ந்திருப்பான்.."

கலிவரதன் யோசனையுடன் பார்த்தார். பின் ஃபாரன்சிக் அனலிஸ்டிடம் "எதாவது எவிடன்ஸ் கிடைச்சுதா சார்.." எனக் கேட்டார். அவர் "கிடைச்சுது.." என, ஆஸ்துமா பேஷன்ட்ஸ் உபயோகிக்கும் ஒரு இன்ஹெல்லரைக் காட்டினார். கலிவரதன் "இது கில்லரோடதா இருக்குமா இல்ல விக்டிமோடதா இருக்குமா.." எனக் கேட்டார். ஃபாரன்சிக் அனலிஸ்ட் "ஃபிங்கர் பிரிண்ட வச்சுதான் முடிவு பண்ண முடியும்.." என்றார். கலிவரதன், "சரி..பாடியை போஸ்ட்மார்டத்துக்கு அனுப்பிடலாம்.." என உத்தரவிட்டார். புறப்படும் முன், சூர்யமூர்த்தியிடம் "நீங்க என்ன பண்ணிகிட்டு இருக்கிங்க.." எனக்கேட்டார்.

"துபாய்ல இருக்குற ஒரு ஹோட்டல்ல, லாபி மேனேஜரா ஓர்க் பண்ணிகிட்டு இருந்தேன். இப்பப் போறது இல்ல.. இங்கேயே எதாவது பிஸினஸ் ஸ்டார்ட் பண்ணலாமான்னு யோசிச்சுகிட்டு இருக்கேன்.."

"ஓகே.. தேங்ஸ் ஃபார் யுவர் இன்ஃபர்மேஷன்ஸ்.. மறுபடியும் தேவைப்பட்டா உங்களைக் கூப்பிடுறேன்.."

அந்த ஃபிளாட்டை பூட்டி சீல் வைத்தார்கள்.

கேரளா மாநிலம், ஆலப்பியில் உள்ள ஒரு லாட்ஜில் தங்கியிருந்த ராகுலை, கலிவரதன் கண்டுபிடித்தார். ராதிகா இறந்த விபரமும்,

சந்தேகத்தின் பேரில் அவனைக் கைது செய்வதாகவும் அவனிடம் சொன்னார். அதைக்கேட்டு அதிர்ச்சி அடைந்த அவனுக்கு மூச்சு வரவில்லை. இன்ஹெல்லரை எடுத்து வாயருகே வைத்து ஸ்பிரே பண்ணினான். அதைக் கவனித்த கலிவரதனுக்கு ஃபாரன்சிக் அனலிஸ்ட் சொன்னது நினைவுக்கு வந்தது. விமானம் மூலம், ராகுல் சென்னைக்கு அழைத்து வரப்பட்டான். ஸ்டேஷனில் வைத்து கலிவரதன் விசாரணையைத் தொடங்கினார்.

“உங்களுக்கும் உங்க ஒய்ஃபுக்கும் என்ன பிரச்சனை..”

“ஒரு பிரச்சனையும் இல்ல சார்.. லவ் மேரேஜ்ங்குறதுனால சில முரண்பாடுகள் உண்டு.. அதனால சின்னச் சின்னச் சண்டைகள் வரும்.. அதுகூட அடுத்த நிமிஷமே மறைஞ்சு போயிடும்..”

“பெரிய பெரிய சண்டையா வரும்ன்னு உங்க பிளாட்ல இருக்குற மத்த ஓனர்ஸ் சொன்னாங்களே..”

“இல்ல சார்.. யாரோ தப்பா சொல்லியிருக்காங்க..”

“அப்படின்னா, உங்க ஒய்ஃப் எப்படி இறந்துருக்கலாம்னு நினைக்குறீங்க...”

“இல்ல சார்.. அவ இறந்துருக்கல்லாம் மாட்டா..”

“சும்மா நடிக்காதிங்க ராகுல்.. கல்யாணத்துக்கு முன்னால உங்களுக்குப் பல பொண்ணுங்களோட தொடர்பு இருந்துருக்கு.. அதே பழக்கம் கல்யாணத்துக்கு அப்புறமும் கன்டினியூ ஆயிருக்கு.. அது புடிக்காம, உங்க ஒய்ஃப், உங்ககிட்ட அடிக்கடி சண்டை போட்டுருக்காங்க.. அவங்க இருந்தா இடைஞ்சலா இருக்குமேன்னு சைலன்ட்டா போட்டுத் தள்ளிட்டிங்க..”

ராகுல் எரிச்சலடைந்தான்.

“யாரோ நல்லா கதை விட்டுருக்காங்க.. ராதிகா செத்துட்டான்னு உங்களுக்கு யாரு சார் சொன்னா.. அவ உயிரோடதான் இருக்கா.. பிரசவத்துக்காக அவ அம்மா வீட்டுக்குப் போயிருக்கா.. அவளோட போன் நம்பர் இருக்கு தரேன்.. நீங்க போன்ல பேசுறதுன்னாலும் பேசலாம்.. இல்ல அவ வீடு அடையார்லதான் இருக்கு.. அங்க போய் நேராக் கூடப் பாத்துட்டு வரலாம்..”

கலிவரதன் நம்பிக்கையில்லாமல் பார்த்தார்.

“இப்ப கூட, பிரசவத்த அவ அம்மா வீட்டுல வச்சுக்கணும்னு

சொன்னா.. நா, நாமளே பார்த்துக்கலாம்னு சொன்னேன்..அதுல ரெண்டு பேருக்கும் மன வருத்தம் வந்துடுச்சு.. நா கோவிச்சுகிட்டுக் கிளம்பி ஆலப்பி வந்துட்டேன்.. அவ புறப்பட்டு அவங்க அம்மா வீட்டுக்குப் போய்ட்டா..”

கலிவரதன் குழப்பமாகப் பார்த்தார். கேஸ் தடம் புரள்வது போலிருந்தது. எதற்கும் ராதிகா உயிரோடு இருக்கிறாளா என்பதைப் பார்த்து விடலாம் என முடிவு செய்தார்.

“அட்ரஸ் வேணுமா சார்..”

“ம்..சொல்லுங்க..”

ராகுல் சொன்னான்.

அடுத்த அரைமணி நேரத்தில், கலிவரதன் ராதிகா வீட்டில் இருந்தார். ராதிகா அவரை வரவேற்று கூல் ட்ரிங்ஸ் கொடுத்தாள். கலிவரதனுக்கு, அவரது கண்களை, அவராலேயே நம்ப முடியவில்லை. கூடவே, அப்படியென்றால் இறந்து போன பெண் யாராக இருக்கும் என்கிற கேள்வி எழுந்தது. அதுவும் அவர்களது வீட்டின் பாத்ரூமில்?

“உன் ஹஸ்பென்ட் எப்படிப்பட்ட கேரக்டர்மா..”

“ஏன் சார் எதாவது பிரச்சனையா..”

“அதெல்லாம் நா அப்புறமா சொல்றேன்.. முதல்ல நா கேக்குற கேள்விக்கு மட்டும் பதில் சொல்லுங்க..”

“ரொம்ப நல்லவரு சார்.. லவ் பண்ணித்தான் அவரைக் கல்யாணம் பண்ணிகிட்டேன்..உள்ளங்கைல வச்சுத் தாங்குவார்.. என்ன ஒண்ணு.. அப்பப்ப சின்னதா சண்டை வரும்.. ஆனா வந்த வேகத்துலயே சரியாப் போயிடும்..”

“உங்க வீட்டு சாவி..”

“என்கிட்டதான் இருக்கு.. ஏன் சார் எதாவது பிரச்சனையா..”

“ஆமாம், பிரச்சனைதான்.. உங்க வீட்டு பாத்ரூம்ல ஒரு பொண்ணு இறந்து கிடக்கா..“

ராதிகா “ஆ” என அலறினாள். அவளது அப்பா அம்மா இருவரும் உள்ளிருந்து எட்டிப் பார்த்தார்கள்.

“நீங்க எப்ப இங்க வந்திங்க..”

“ஒன் வீக் ஆகுது சார்.. பிரசவத்தை எங்க வச்சுப் பார்க்குறதுங்குறதுல எனக்கும் என் ஹஸ்பென்ட்டுக்கும் டிஃப்ரன்ட் ஆஃப் ஒப்பீனியன் வந்துடுச்சு.. வழக்கமா சின்னச் சின்னச் சண்டையா வரும்.. இது கொஞ்சம் பெரிய சண்டையா மாறிடுச்சு.. அதனால, அவரு கோவிச்சுக்கிட்டு கிளம்பிட்டாரு.. எங்க போனாருன்னு தெரியாது.. ராத்திரி திரும்பி வருவாருன்னு எதிர்பார்த்தேன்.. வரல.. காலைல, நானும் வீட்டை லாக் பண்ணிட்டு இங்க வந்துட்டேன்.. டெலிவரி ஆனதுக்கப்புறம், அவர சமாதானப்படுத்திக்கலாம்னு முடிவு பண்ணி யிருக்கேன்..”

“ஓகே.. உங்க ஃபிளாட்டை நாங்க சீல் வச்சுருக்கோம்.. எங்க பர்மிஷன் இல்லாம நீங்க அதை ஓப்பன் பண்ணக் கூடாது..”

“ஓகே சார்..”

கலிவரதன், மீண்டும் கொலை நடந்த அந்த ஃபிளாட்டிற்கு வந்தார். செக்யூரிட்டி ரூமில் உட்கார்ந்து பேப்பர் பார்த்துக் கொண்டிருந்த செக்யூரிட்டியிடம், “இந்த ஃபிளாட்ல கேமரா இல்லையா..” எனக்கேட்டார்

“சார், இது கொஞ்சம் பழைய ஃபிளாட்.. இது விஷயமா பிளாட் செகரட்டரிகிட்ட பல தடவைப் பேசி பார்த்துட்டேன்.. அவர், ஓனர்ஸ் யாரும் பணம் தர மாட்டங்குறாங்க.. நா என்ன என் சொந்தக் காசுலயா போட முடியும்னு கேக்குறாரு..”

“சரி.. இந்த ஒரு வாரமா, யார் யார் விசிட்டர்ஸ் வந்தாங்கன்ற டீட்டெய்ல காட்டுங்க..”

செக்யூரிட்டி ஒரு நோட்டைப் பிரித்துக் காட்டினார். கலிவரதன் அதைத் தனது கண்களால் மேய்ந்தார். பின், சம்பந்தப்பட்ட ஃபிளாட்டில் உள்ளவர்களுக்கு இப்படியொரு விசிட்டர் உங்கள் ஃபிளாட்டிற்கு வந்தது உண்மையா என இன்டர்காமில் விசாரித்தார். எல்லோருமே “ஆமாம் சார்.. கரெக்ட்..” எனப் பதில் சொன்னார்கள். கலிவரதன் “இந்த ஃபிளாட்ல இருக்குற எல்லோருடைய போட்டோவும் வச்சுருக்கீங்களா..” எனக் கேட்டார். செக்யூரிட்டி கம்ப்யூட்டரை ஆன் பண்ணி காட்டினார். கலிவரதன் அதைக் கவனமாகப் பார்த்தார். அதில், ஒரு அழகான இளம் பெண் காணப்பட்டாள்.

“இந்தப் பொண்ணு..”

“சூர்யமூர்த்தியோட ஒய்ஃப்..”

"வயசு வித்தியாசம் ரொம்ப அதிகம் இருக்கும் போலிருக்கே.."

"ஆமாம் சார்.. அவரோட முதல் மனைவி இறந்துட்டாங்க.. இந்தப் பொண்ண ரெண்டாந்தாரமாக் கட்டிகிட்டாரு.."

கலிவரதனின் மூளை வேகமாக இயங்க ஆரம்பித்தது.

ராதிகாவிற்குப் போன் பண்ணி "சூர்யமூர்த்தியோட ஒய்ஃப் கூட, உங்களுக்குப் பழக்கம் எப்படி.." எனக் கேட்டார்.

"அடிக்கடி வீட்டுக்கு வருவா.. அக்கா அக்கான்னு பழகுவா.. என்னை விட ராகுலதான் அவளுக்கு ரொம்பப் பிடிக்கும்.. பிரதர் பிரதர்னு பாசமா இருப்பா.. அவளுக்கு டூ வீலர் ஓட்டணும்ன்னு ஆசை.. அவர்தான் சொல்லிக் கொடுத்தார்.."

"சரி.. நீங்க எங்கயாவது வெளில போனா வீட்டு சாவிய என்ன பண்ணுவிங்க.."

"அந்தப் பொண்ணுகிட்டதான் கொடுத்துட்டுப் போவோம்.."

"ஓகே.."

போனை கட் பண்ணினார். சூர்யமூர்த்தி ஃபிளாட்டிற்கு வந்தார். பெல் அடிக்க, சூர்யமூர்த்தி கதவைத் திறந்தார். "வாங்க சார்.." என வரவேற்றார்.

கலிவரதன் "உங்க ஒய்ஃபைப் பாக்கணுமே.." என்றார்.

"அவ... அவ.. ஃபிரண்ட்ஸோட டூர் போயிருக்கா.."

"போன்ல பேச முடியும்ல.. நம்பர் போட்டுக் குடுங்க.."

சூர்யமூர்த்தி நம்பர் போட்டார். "சுவிச்டு ஆஃப்" என தகவல் வந்தது. அதை கலிவரதனிடம் சொன்னார்.

"கூடப் போன ஃபிரண்ட்ஸ் யாருக்காவது போடுங்க.."

"ஸாரி சார்.. அவங்க நம்பர் எல்லாம் எனக்குத் தெரியாது.."

"சரி.. கொஞ்சம் குடிக்கத் தண்ணி கொடுங்க.."

சூர்யமூர்த்தி, ஃபிரிட்ஜைத் திறந்து ஒரு பாட்டில் தண்ணீர் கொண்டு வந்து கொடுத்தார் .கலிவரதன் அதை வாங்கி அதைக் குடித்து முடித்ததும் "பாட்டில் ரொம்ப அழகா இருக்கு.." என்றார்.

“துபாய்ல வாங்கினது..”

“இதை நான் எடுத்துக்கலாமா.. என் ஒய்ஃபுக்கு இதுமாதிரி கலைநயத்தோட இருக்குற பொருட்கள்ன்னா ரொம்பப் புடிக்கும்..”

“எடுத்துக்குங்க சார்..”

கலிவரதனுக்கு ஃபாரன்சிக் ரிப்போர்ட் வந்தது. இன்ஹெல்லரில் இருந்த கைரேகையும், பாட்டிலில் இருந்த கைரேகையும் ஒன்று என்று.

கலிவரதன் சூர்யமூர்த்தியைத் தேடி வந்தார்.

“சூர்யமூர்த்தி, உங்கள நான் இப்போ அரெஸ்ட் பண்றேன்..”

“எதுக்கு..”

“உங்க ஒய்ஃப்பை கொலை பண்ணதுக்காக..”

“என்ன உளர்றீங்க..”

“எதையும் என்கிட்ட மறைக்க ட்ரை பண்ணாதீங்க.. என் சர்வீஸ்ல நான் எத்தனையோ கேஸப் பார்த்தாச்சு.. உங்களோடது ரொம்ப சிம்பிள் கேஸ்.. அதாவது, உங்க ஒய்ஃப், ராகுல் கூட பழகினதுல உங்களுக்குச் சந்தேகம்.. அதனால, அவங்களத் தீர்த்துக் கட்டுறதுக்கு முடிவு பண்ணி, ராகுல் ஃபிளாட்ட பயன்படுத்திகிட்டிங்க.. அதுக்கு ரெண்டு காரணம்.. ஒண்ணு, ராகுலும் ராதிகாவும் சண்டை போட்டுப் பிரிஞ்சுருக்காங்க.. இன்னும் ஆறு மாசத்துக்கு அவங்க ஃபிளாட் பக்கம் வர மாட்டாங்க.. ரெண்டாவது, ரெண்டு பேரும் வெளில போனா, உங்க வீட்டுலதான் சாவி குடுத்துட்டுப் போவாங்க.. அந்த சாவியை வெச்சு நீங்க டூப்ளிகேட் சாவி ரெடி பண்ணி யிருக்கீங்க.. உங்க ஒய்ஃப நைஸா பேசி, அவங்க பிளாட்டுக்குத் தள்ளிகிட்டுப் போய், அங்க வச்சு கொன்னு, அது ராதிகா மாதிரி நாடகம் ஆடிட்டீங்க..”

“எனி எவிடன்ஸ்..”

“அங்க கிடந்த உங்க இன்ஹெல்லர்..”

சூர்யமூர்த்தி வாயடைத்து நின்றார். கலிவரதன் “இவர ஜீப்ல ஏத்துங்க..” என உடன் வந்த போலீசாருக்கு உத்தரவிட்டார்.

10

பூக்கள் பூக்கும் தருணம்...

நண்பன் பிரஷாந்தின் தங்கை கல்யாணத்தில்தான் பவித்ராவை முதன்முதலாகச் சந்தித்தேன். அங்குக் கூடியிருந்த பெண்கள் கூட்டத்தில் அவள்தான் மிகமிக அழகாகத் தெரிந்தாள். அவளைப் பிடிப்பதற்கு அதுமட்டுமே காரணம் அல்ல. துருதுருவென்று அவள் அங்கும் இங்கும் ஓடி வேலைப் பார்த்ததும்தான். இத்தனைக்கும் அவள் பிரஷாந்திற்கு சொந்தம் கூட கிடையாது. அவனது தங்கையின் கிளாஸ் மேட். ஒரு நிமிடம் கூட அவளால் சும்மா நிற்க முடியவில்லை. எல்லா விஷயத்தையும் தனது விரல் நுனியில் வைத்துக்கொண்டு, மணமேடையில் அக்னி குண்டத்திற்குத் தேவைப்படும் ஹோமப் பொருட்களை எடுத்துக்கொடுப்பதில் தொடங்கி, டைனிங் ஹாலில் காலை டிபனுக்கு இலை போட்டாகி விட்டதா என்பதைக் கவனிக்கும் வரையில் பரபரப்பாக வேலை பார்த்துக் கொண்டிருந்தாள். நடுநடுவே, அவளுடன் படித்த மற்ற ஃபிரண்ட்ஸ் வரும்போது சிரித்தபடியே லேசான அரட்டை வேறு. அவளை அப்படி வேலைப் பார்க்கச் சொல்லி யாரும் உத்தரவிடவில்லையாம். அவளாகவேதான் எடுத்து போட்டுக்கொண்டு செய்கிறாளாம். பிரஷாந்திடம் விசாரித்த போது தெரிந்தது.

சிவில் இஞ்சினியரிங் படித்திருக்கிறாள் என்பதும், அண்ணா நகரில் உள்ள ஒரு கன்ஸ்டிரக்ஷன் கம்பெனியில் இப்போதுதான் வேலைக்குச் சேர்ந்திருக்கிறாள் என்பதும், வீடு வளசரவாக்கத்தில் இருக்கிறது என்பதும் நான் அவளைப்பற்றி தெரிந்து கொண்ட கூடுதல் தகவல்கள். கல்யாணம் முடிந்து மண்டபத்தை விட்டு வெளியேறுவதற்கு முன்பு எப்படியாவது அவளது கவனத்தைத் தன் பக்கம் ஈர்த்து, அவளுடன் ஒன்றிரண்டு வார்த்தையாவது பேசி விட வேண்டும் எனத் தீர்மானித்துக் கொண்டேன்.

ஒருசில நிமிடங்களில், அதற்கான சந்தர்ப்பம் தானாகவே அமைந்தது.

பவி (பவித்ரா எப்போது பவியாக மாறினாள்?) என் அருகில் வந்து ‘எக்ஸ்க்யூஸ்மி.. உங்ககிட்ட ஃபைவ் ஹன்ட்ரட் ருப்பீஸுக்கு

சேஞ்ச் இருக்குமா..' என ஒரு ஐநூறு ரூபாய் நோட்டை நீட்டினாள். என்னிடம் ஐநூறு ரூபாய்க்குச் சில்லறை இருந்தது. ஆனாலும் இந்த சந்தர்ப்பத்தைப் பயன்படுத்தி அவளுடன் மறுபடியும் பேச வேண்டும் என்பதற்காகப் 'ஃபோர் ஹன்ட்ரட் ரூப்பீஸ்தான் இருக்கு.. ஹன்ட்ரட் ருப்பீஸ் அப்புறம் வாங்கிக்குறீங்களா..'எனப் பொய்யாகக் கேட்டேன். அவள் ஒரு விநாடி என்னை யோசனையுடன் பார்த்தாள். நான் 'என்னங்க அப்படிப் பார்க்குறீங்க..என்றேன்.

'நம்பிக்கையில்லையா.. நான் பிரஷாந்த்தோட ஃபிரண்ட்தான்..' என்றேன். அவள் சட்டென்று பதறி 'அய்யய்யோ அப்படியெல்லாம் இல்ல..' என்று கூறி 'நான் யோசிச்சது.. உங்ககிட்ட எக்ஸசா இருக்குமோன்னு நினைச்சுதான் கேட்டேன்.. கையில இருக்குறதையும் குடுத்திட்டிங்கன்னா அப்புறம் நீங்க அவசரத்துக்கு என்ன பண்ணுவீங்க..' எனக் கேட்டாள். நான் 'ஓ.. அப்படியா....' என்று கூறி, 'பரவாயில்ல.. நா அட்ஜஸ்ட் பண்ணிக்குறேன்..' என, அவளிடமிருந்த ஐநூறு ரூபாய் நோட்டை வாங்கிக்கொண்டு, எனது பர்ஸிலிருக்கும் ஐந்து நூறு ரூபாய் நோட்டுகளில், ஒன்றை அவளுக்குத் தெரியாமல் ஒதுக்கி வைத்து விட்டு, நானூறு ரூபாயை மட்டும் வெளியில் எடுத்துக் கொடுத்தேன். அவள் வாங்கிக் கொண்டு 'தேங்ஸ்..' என்று கூறி வேகமாக நகர்ந்தாள். ஒரு அடி எடுத்து வைத்தவள் அதே வேகத்தில் திரும்பி 'உங்க நேம் என்னன்னு நான் தெரிஞ்சுக்கலாமா..' எனக்கேட்டாள். நான் 'பிரபு..' என்றேன். அவள் 'விக்ரம் பிரபு மாதிரி இருக்கும் போதே நினைச்சேன்..' என்று கூறிச் சிரித்துவிட்டுச் சென்றாள். நானும் அதைக் கேட்டு ரசித்துச் சிரித்துக் கொண்டேன்.

அதன் பிறகு, கல்யாணம் முடியும் வரை அவள் எங்கெல்லாம் செல்கிறாளோ அங்கெல்லாம் கண் கொட்டாமல் அவளையே பார்த்துக் கொண்டிருந்தேன். கல்யாணத்திற்கு வரும் வரை சத்தியமாக எனக்கு யாரையும் லவ் பண்ண வேண்டும் என்கிற ஆசையெல்லாம் இருந்ததில்லை. பவியைப் பார்த்த பிறகே அப்படியொரு எண்ணம் தோன்றியது. எனது ஆபீசில் கூட எத்தனையோ பெண்கள் வேலை பார்க்கிறார்கள். அவர்களில் சிலர் அழகாகவும் இருப்பார்கள். ஜோவியலாகவும் பழகுவார்கள். ஆனால், அவர்கள் மேலெல்லாம் ஏற்படாத அந்தக் காதல் பவியின் மேல் மட்டும் எப்படி ஏற்பட்டது என்பதுதான் தெரியவில்லை. கல்யாணம் முடிந்து மண்டபத்தை விட்டு வெளியேறினாலும், அவளுடனான ரிலேஷன்ஷிப்பை வளர்த்துக் கொள்ள வேண்டும் என்று நினைத்துக்கொண்டேன்.

கல்யாணம் முடிந்து, டிபன் சாப்பிட்டு கை கழுவும் போது, பவி அருகில் வந்தாள். நான், பர்ஸில் ஒதுக்கி வைத்திருந்த அந்த நூறு ரூபாய் நோட்டை எடுத்து, அவளிடம் நீட்டினேன். அவள் 'மறுபடியும் நீங்க என்னைத் தப்பா புரிஞ்சுகிட்டிங்க..' என்று கூறிச் சிரித்து விட்டு 'பைப்ல தண்ணி வருதான்னு செக் பண்ணதான் வந்தேன்..' என்றாள். நான் அசடு வழிந்தேன். நமக்குப் பிடித்தமானவர்கள் முன்பு, ஒரு சிறு அவமானம் ஏற்பட்டாலும் அது பெரும் அவமானமாகவே தோன்றும் போலிருக்கிறது. ஒருவழியாக, அதைச் சமாளித்து 'எப்படியிருந்தாலும் உங்களுக்கு நான் பேலன்ஸ் குடுத்துத்தானே.. ஆகணும்..' என்றேன். அவள் 'கொடுத்துதான் ஆகணும்.. பட் அவசரம் ஒண்ணும் இல்லையே..' என்று கூறி வாங்கிக் கொண்டாள். அதன் பிறகு அங்கு வந்த ஒரு பெரியவரிடம் 'அங்கிள் டிபன் எப்படி இருந்துச்சு.. பாதாம் அல்வா சாப்பிட்டீங்களா.' எனப் பேச்சுக் கொடுக்க ஆரம்பித்தாள். நானும் அதற்கு மேல் அவளிடம் என்ன பேசுவது எனத் தெரியாமல் அங்கிருந்து நகர்ந்தேன்.

வீடு, ஆபீஸ் என இரண்டு நாட்களாக அவளின் நினைவாகவே இருந்தது. வேலை, சாப்பாடு எதுவும் ஓடவில்லை. டிவியில் பார்த்த 'இதுதானா.. இதுதானா.. எதிர்பார்த்த நன்னாளும் இதுதானா..' பாடலில் த்ரிஷா தெரியவில்லை. அவளே தெரிந்தாள். மறுபடியும் அவளிடம் எப்படிப் பேசுவது? எப்படித் தொடர்பு கொள்வது? பிரஷாந்திடம் நம்பர் கேட்கலாமா? கேட்டால் தவறாக நினைத்துக் கொள்வானா? நினைக்கட்டுமே.. எனக்கு அவளைப் பிடித்திருக்கிறது. நான் அவளுடன் பேச விரும்புகிறேன். இதைத் தடுக்கவோ இதில் கருத்து சொல்லவோ அவன் யார்.. அவனுக்கு என்ன உரிமை இருக்கிறது. எனவே கொஞ்சமும் தயக்கமில்லாமல் அவனிடம் கேட்டேன். ஒரு நிமிடம் அவன் என்னை யோசனையுடன் பார்த்தான். பின் 'என்னடா லவ்வா..' எனக் கேட்டான். நான் 'தெரியல.. மேரேஜ்ல பார்த்ததுலேருந்து அவளைப் பிடிச்சுருக்கு.. அதான் மறுபடியும் அவகூட பேசலாம்னு..' என்றேன். பிரஷாந்த் 'அதுக்குப் பேருதான் லவ் பிரதர்..' என்றான். தனது தங்கையிடம் நம்பர் கேட்டு வாங்கிக் கொடுத்தான். 'அவ ரொம்ப நல்லப் பொண்ணுடா.. கிடைச்சா லக்குதான்.. ஆல் த பெஸ்ட்..' என்றான்.

ஞாயிற்றுக்கிழமை மதியத்திற்கு மேல் பவிக்கு போன் செய்தேன். போனை எடுத்தவள் 'யாரு..' எனக்கேட்டாள். நான் 'விக்ரம் பிரபு..' என்றேன். ஒரு நிமிடம் அமைதிக்குப் பிறகு 'சொல்லுங்க..' என்றவள், 'என் நம்பர் எப்படி உங்களுக்குக் கிடைச்சுது..' என்றும் கேட்டாள்.

நான் ‘பிரஷாந்துகிட்டக் கேட்டு வாங்கினேன்..’ என்றேன். அவள் ‘ஓ..’ என்றாள். அதற்கு மேல் என்ன பேசுவது எப்படிப் பேசுவது என்று எனக்குத் தெரியவில்லை. லேசான நடுக்கமாக இருந்தது என்றுகூட சொல்லலாம். ஆனாலும் எதாவது பேசித்தானே ஆக வேண்டும்.. ‘எங்க இருக்கீங்க..’ எனக் கேட்டேன். அவள் ‘வீட்டுலதான் இருக்கேன்.. ஒரு புராஜக்டுக்காக டிராயிங் பண்ணிகிட்டு இருக்கேன்..’ என்றாள். நான் ‘ஓ.. ஸாரி..’ என்றேன். அவள் ‘எதுக்கு ஸாரி.. நான் டிராயிங் பண்ணிகிட்டு இருக்குறது உங்களுக்குத் தெரியுமா என்ன..’ என்றாள். என்ன ஒரு பாஸிட்டிவ் ஆன்ஸர். ‘ரொம்ப அழகாப் பேசுறீங்க..’ என்றேன். அவள் ‘அது என் நேச்சர்..’ என்றாள். அந்த பதிலும் எனக்குப் பிடித்திருந்தது. பின் ஒரு சிறு தயக்கத்திற்குப் பிறகு, ‘அன்னிக்கு மேரேஜ்ல எல்லா வேலையையும் நீங்க இழுத்துப் போட்டு பண்ணிகிட்டு இருந்தது என்னை ரொம்ப இம்ப்ரஸ் பண்ணிடுச்சு.. அதான் உங்க கூடப் பேசலாம்னு..’ என்றேன். அவள் ‘அப்படியா..’ என்று கூறி ‘அப்படி வேலைப் பாக்குறது எனக்கு ரொம்பப் புடிக்கும்.. ஒரு இடத்துக்கு வந்தோம்.. உட்கார்ந்துருந்தோம்.. அரட்டை அடிச்சோம்.. சாப்பிட்டோம்.. கிஃப்ட குடுத்தோம்னு இல்லாம.. ஃபிரண்ட்ஸ் மேரேஜ்னா அதுல நம்ம பங்களிப்புன்னு எதாவது இருக்கணும்னு நினைப்பேன்.. அதுதான நாம அந்த ஃபிரண்ட்ஷிப்புக்குக் குடுக்குற ரெஸ்பெக்ட்..’ என்றாள். நான் ‘நிச்சயமா..’ என்றேன்.

அடுத்த இரண்டு நாட்களில் ஒரு காபி ஷாப்பில் சந்தித்தோம். ‘என் கூட ஒரு காபி சாப்பிடுவிங்களா..’ என நான் கேட்ட அடுத்த வினாடியே, ஏன் எதற்கு என்ற கேள்வி இல்லாமல் ஒப்புக்கொண்டாள். ‘உங்க ஃபேவரைட் என்ன..’ எனக் கேட்டேன். ‘கோல்டு காஃபி..’ என்றாள். நான் எனக்கும் சேர்த்து அதையே ஆர்டர் பண்ணினேன். ‘காஃபிய சூடாக் குடிக்கும் போது அதோட சுவையை முழுசா உணர முடியுறதில்ல.. அதான் கோல்டு காஃபி..’ என்றாள். நான் ‘ரொம்ப டேஸ்டான ஆளா இருக்கிங்க..’ என்றேன். அவள் ‘அது எனக்கே தெரியாம என்கிட்ட ஒட்டிகிட்ட குவாலிட்டி..... ஒரு பொருளை வாங்கினா பார்த்து பார்த்து வாங்குவேன்.. ஒரு வேலையைப் பண்ணினா பார்த்து பார்த்துதான் செய்வேன்.. ஈடுபாட்டோட செய்யிற எந்த வேலையும் கலையாயிடும்.. ஈடுபாடு இல்லாம செய்யிற எந்தக் கலையும் வேலையாயிடும்..’ என்று கூறி ‘உங்களுக்கு மட்டும் என்ன குறைச்சல்.. நீங்களும் டேஸ்டோடதான் இருக்கிங்க.. இந்த காபி ஷாப் உள்ள வந்ததுமே அது எனக்குப் புரிஞ்சுடுச்சு.. இல்லன்னா இப்படி ஒரு பிளேஸை செலக்ட் பண்ணுவிங்களா..’ என்றாள். நான் சந்தோஷத்தின் எல்லைக்குப் போய் ‘தாங்ஸ் பவி..’

என்றேன். கோல்டு காஃபி வந்தது. கொஞ்சம் கொஞ்சமாக அதை அனுபவித்துக் குடித்தாள். அவளுக்குத் தெரியாமல் நான் அதை ரசித்துப் பார்த்தேன். பேச்சு என்னைப் பற்றித் திரும்பியது. 'நீங்க எங்க ஓர்க் பண்றீங்க..' எனக் கேட்டாள். நான் 'பிரஷாந்த் ஓர்க் பண்ற அதே பிரைவேட் பேங்க்லதான்..' என்றேன். 'ஓ.. நைஸ்..' என்றவள், 'அதான் அன்னிக்கு சேஞ்ச் கேட்டதும் உடனே எடுத்துக் கொடுத்தீங்களா..' எனக் கிண்டலடித்தாள். நான் சிரித்துக் கொண்டேன். பில் வந்தது. கிரடிட் கார்டை எடுத்து வைத்தேன். அதைக் கவனித்த அவள் தனக்கும் கிரடிட் கார்டு வாங்க வேண்டும் என்று கூறினாள். நான் 'அதுக்கென்ன.. வாங்கிட்டாப் போச்சு..' என்று கூறி அவளை எனது பேங்கிற்கு வரச் சொன்னேன்.

ஒரு சனிக்கிழமையில் வந்தாள். 'இன்றுதான் ரெஸ்ட்..' என்றவள், 'பிரஷாந்த் இல்லையா..' எனக் கேட்டாள். நான் 'ஹெட் ஆபீஸ் போயிருக்கான்..' என்றேன். பின் அவளை உட்காரச் சொல்லி, அவளுக்குக் காபி வரவழைத்து கொடுத்தேன். 'அவசரம் ஒண்ணும் இல்லை.. ஆறினதுமே குடிங்க..' என்றேன் ஏர்கண்டிஷனின் கூலிங்கை அதிகப்படுத்தி நான் எந்த அர்த்தத்தில் சொல்கிறேன் என்பதைப் புரிந்து கொண்டு 'ஹாட் காபி கோல்டு காபியா மாறுறதுக்கு இப்படி ஒரு ஐடியாவா..' என சிரித்தாள். நானும் பதிலுக்கு சிரித்துவிட்டு, கிரடிட் கார்டுக்கான அப்ளிகேஷனை எடுத்துக் கொடுத்து ஃபில்அப் செய்யச் சொன்னேன். அவள் ஃபில்அப் செய்து கொடுத்தாள். நான் படித்துப் பார்த்தேன். அவளது பிறந்த தேதியைப் பார்த்ததும் 'வாவ்..' என்றேன். அவள் 'என்னாச்சு..' என்றாள். நான் 'உங்க பர்த்டேக்கு இன்னும் ஃபோர் டேஸ்தான் இருக்கு போலிருக்கு..' என்றேன். அவள் 'எஸ்..' என்றாள். 'பட் நான் பர்த்டேல்லாம் செலிபரேட் பண்றதில்லை..' என்றும் கூறினாள். நான் 'இதுவரைக்கும் எப்படியாவது இருந்துட்டு போங்க.. இப்ப எனக்கு ஃபிரண்ட்டுன்னு ஆயிட்டிங்க.. அதனால இந்தத் தடவை என் கூட செலிபரேட் பண்றிங்க..' என்றேன். அவள் 'பார்க்கலாம்..' என்றாள். நான் 'இன்னும் ஃபிப்டீன் டேஸ்ல உங்க கார்டு வந்துடும்..' என்றேன். அவள் 'தாங்க்ஸ்..' என்று கூறி காபியை எடுத்துக் குடிக்க ஆரம்பித்தாள்.

பவியின் பர்த்டே செலிபிரேஷனை நுங்கம்பாக்கத்தில் உள்ள ஒரு நட்சத்திர ஹோட்டலில் ஏற்பாடு செய்திருந்தேன். எனக்கும், அவளுக்கும் மாத்திரமே டேபிள் ரிசர்வ் செய்திருந்தேன். வேறு யாரையும் அழைக்கவில்லை. பிரஷாந்திடம்கூட விஷயத்தைச் சொன்னேனே தவிர 'வா' என்று கூப்பிடவில்லை. அவனும் நாகரிகம்

கருதி, நாசுக்காக ஒதுங்கிக் கொண்டான். பவியின் கைக்கு பொருந்தும்படியாக ஒரு வாட்சைத் தேடிப் பிடித்து வாங்கி வைத்திருந்தேன். இன்னும் சிறிது நேரத்தில் அவள் வந்து விடுவாள். வரும் வரை அந்த நட்சத்திர ஹோட்டலின் ரிசப்ஷனில் காத்திருக்க ஆரம்பித்தேன். பர்த்டே செலிபரேஷன் முடிந்த கையோடு காதலைச் சொல்லிவிட வேண்டும். மனசு படபடப்பாக இருந்தது. சந்தோஷமாகவும் இருந்தது. ஒரு ஆட்டோவில் பவி வந்து இறங்கினாள். வெள்ளை உடையில் ஒரு தேவதை போல் இருந்தாள். நான் அவளை வெல்கம் பண்ணி, ரெஸ்டாரெண்டின் ரிசர்வ் பண்ணி யிருந்த டேபிளுக்கு அழைத்துச் சென்றேன். இருவரும் உட்கார்ந்து கொண்டோம். சிறிது நேரத்தில் அவள் பெயரிட்ட கேக் மெழுகுவர்த்தியுடன் வந்தது. அவள் 'எதுக்கு இத்தனை ஆடம்பரம்.. இந்தக் காசுல பத்து அநாதைப் பிள்ளைகளுக்குச் சாப்பாடு வாங்கி குடுத்துருக்கலாமே..' என்றாள். நான் 'அப்படியா..' என்று கேட்டு விட்டு 'அதையும் செஞ்சுட்டாப் போச்சு..' என்றேன். அவள் என்னை ஆச்சரியமாகப் பார்த்தாள். 'என் மேல எதுக்கு இத்தனைக் கரிசனம்....' எனக் கேட்டாள். நான் 'இப்பவே தெரிஞ்சுக்கணுமா.. இல்ல கேக் கட் பண்ணிட்டு பேசலாமா..' எனக் கேட்டேன். அவள் 'கேக்க கட் பண்ணிகிட்டேகூட பேசலாம்..' என்றாள். நான் கேக்கின் மேல் சொருகியிருந்த மெழுகுவர்த்தியை ஏற்றினேன். அவள் தன் உதடுகளால் ஊதியணைத்தாள். ரெஸ்டாரெண்டில் உள்ள ஸ்பீக்கரில் 'ஹாப்பி பர்த்டே டூ யூ' பாடல் ஒலித்தது. அதோடு நானும் சேர்ந்து பாடினேன். பவியின் முகத்தில் சந்தோஷம் பளிச்சிட்டது. நான் ஒரு துண்டு கேக்கை கட் பண்ணி அவளுக்கு ஊட்டினேன். அவளும் ஒரு துண்டை கட் பண்ணி என்னிடம் நீட்டினாள். நான் எடுத்துக் கொண்டு 'தாங்ஸ்..' என்றேன். இருவரும் கேக்கை சாப்பிட்டு முடித்தோம். மீதமுள்ள கேக்கை ரெஸ்டாரெண்டில் சாப்பிட வந்திருந்த மற்றவர்களுக்குப் பகிர்ந்து கொடுத்தோம். பின் நான் கவரில் போட்டு வைத்திருந்த கிஃப்டை எடுத்து அவளிடம் நீட்டினேன். வாங்கிப் பிரித்து பார்த்தாள். அதன் உள்ளே இருந்த வாட்சைப் பார்த்ததும் 'நைஸ்..' என்றாள்.

அதன்பின் சிறிது நேர மௌனம். 'கரிசனுத்துக்கான காரணத்தை இப்ப சொல்லட்டுமா..' எனக்கேட்டேன். அவள் 'ஓ..' என்றாள். நான் சற்றும் தாமதிக்காமல் 'ஐ லவ் யூ பவி..' என்றேன். அவள் அதிர்ச்சி அடைந்தவளாகச் சிறிது நேரம் வாயடைத்துப் போய் உட்கார்ந்திருந்தாள். பின் 'நான் இதை எதிர்பார்க்கல பிரபு.. எனக்கு உங்க மேல லவ்வும் இல்ல..' என்றவள் 'ஒரு விஷயத்தை நீங்க அண்டர்ஸ்டேன்ட் பண்ணிக்கணும்.. நான் எப்படி உங்களை

இம்ப்ரஸ் பண்ணுனனோ, அதுமாதிரி நா லவ் பண்ணப் போறவரும் என்னை இம்ப்ரஸ் பண்ணணும்.. நீங்க என் கூட காபி சாப்பிட்டது, கிரடிட் கார்டுக்கு அப்ளை பண்ணது, பர்த்டேவை செலிபிரேட் பண்ணது, இதெல்லாம் ஃபிரண்ட்ஷிப்பா ஓகே.. பட் லவ்வுக்குப் பத்தாது.. அதுக்கு வேறொரு அதிசயம் நடக்கணும்.. பார்த்ததுமே தாமரைப்பூ மாதிரி பெரிசா மலரணும்.. உங்களுக்கு என்னைப் பாத்ததும் எப்படி மலர்ந்துச்சோ அதுமாதிரி எனக்கும் மலரணும்.. என்னுடைய லைஃப் முழுசையும் ஒருத்தர்கிட்ட ஒப்படைப் போறேன்னா அவர் எவ்வளவு தூரம் என் மனசுக்கு நெருக்கமானவரா இருக்கணும்..' என்றாள்.

எனக்கு என்ன சொல்வது என்று தெரியவில்லை. அவளது பேச்சில் நியாயம் இருந்தது. இப்படிப் புரிந்து கொள்ளாமல் போவதனால்தான் நிறையக் காதல் நிறைவேறாமல் போய் விடுகிறதோ? அவள் சொல்வது சரிதான். ரெண்டு பக்கமும் பூ பூக்க வேண்டும். அதற்கு ரெண்டு பக்கமும் உண்மை இருக்க வேண்டும். எந்தப் பக்கம் யார் பொய்யாக நடித்தாலும் அல்லது பொய்யாகப் பேசினாலும் தெரிந்துப் போய் விடும். காதல் என்பது உடல்சார்ந்த மொழி அல்ல. ஆன்மாக்களின் சங்கமம். அது, அதுவாகதான் நிகழ வேண்டும். பவி அதை நன்றாக எனக்குப் புரிய வைத்து விட்டாள். ஒரு பக்கம் எனக்கு ஏமாற்றமாக இருந்தாலும், இன்னொரு பக்கம் சமாதானமாகத்தான் இருந்தது.

'என் மேல எதுவும் கோபம் இல்லையே..' பவி கேட்டாள். நான் 'இல்ல பவித்ரா.. ஆரம்பத்துலயே தெளிவுபடுத்திகிட்டது நல்லதாப் போச்சு.. எனக்கும் இதுதான் ஃபர்ஸ்ட் எக்ஸ்பீரியன்ஸ்.. அதுனாலதான் இந்த கன்ஃபியூஷன்.. அடுத்த முறை அது நடக்காமப் பார்த்துக்குறேன்..;..'என்றேன். அவள் 'அட்வான்ஸ் விஷஸ்..' என்றாள். மேலும் 'அடிக்கடி கால் பண்ணுங்க.. ஃபிரண்ட்ஸா இருப்போம்.. அதுக்கு எந்த லிமிடேஷனும் இல்லை..' என கைகொடுத்து விடை பெற்றாள். என் கண்களிலிருந்து மறையும் வரை நான் அவளையே பார்த்துக் கொண்டிருந்தேன்.

மறுநாள், மகாத்மா காந்தி அநாதைக் குழந்தைகள் இல்லத்திற்கு வந்தேன். பவித்ராவிடம் ஒப்புக்கொண்டபடி, அதன் நிர்வாகியைச் சந்தித்து, அங்குள்ள எழுபது குழந்தைகளுக்கு, ஒரு வேளை மதிய உணவு வழங்குவதற்கான தொகை எவ்வளவு எனக் கேட்டுக் கட்டினேன். பின், அந்த அறையிலிருந்து வெளியில் வந்தேன். ஒரு ஆட்டோ வந்து நின்றது. அதிலிருந்து பவித்ரா இறங்கினாள். எனக்கு ஆச்சரியமாக இருந்தது. அவளும் ஆச்சரியப்படுவது அவளது

முகத்தில் தெரிந்தது. ஆட்டோவை கட் பண்ணிவிட்டு எனது அருகில் வந்தாள். ‘என்ன இங்கே வந்துருக்கீங்க..’ எனக்கேட்டாள். நான் ‘நேத்து, நீங்க பத்து அநாதை குழந்தைகளுக்கு சாப்பாடு போடலாமேன்னு சொன்னப்ப, நான் அதையும் செஞ்சுட்டா போச்சுன்னு சொன்னேன் இல்ல.. அதான், இங்கே உள்ள குழந்தைகளுக்கு ஒரு வேளை சாப்பாடு போடலாமேன்னு கேட்டு பணம் கட்டிட்டு வரேன்..’ என்றேன். அவள் என்னை மேலும் ஆச்சரியமாகப் பார்த்தாள். நான் ‘இதை செய்றதுக்கு நீங்க ஒரு காரணமா இருந்தாலும், எனக்கே இப்ப அது ரொம்ப மனத் திருப்தியோட இருக்கு..’ என்றேன். அவள் ‘குட்.. குட்..’ என்றாள். நான் ‘நீங்க எங்க இங்க..’ எனக் கேட்டேன். அவள் ‘நான் ஏற்கனவே பணம் கட்டிட்டேன்.. சாப்பாடு போடுறது இன்னிக்கு என்னோட முறை.. அதனால வரச் சொல்லியிருந்தாங்க..’ என்றாள். நானும், அவளை மேலும் ஆச்சாரியத்துடன் பார்த்தேன். ‘வாங்களேன் உள்ள போகலாம்..’ என்றாள். நான் ‘ஸாரி.. நான் பர்மிஷன்லதான் வந்துருக்கேன்... உடனே பேங்குக்குப் போயாகணும்..’ என்றேன். அவள் சிறிது ஏமாற்றத்துடன் ‘அப்படியா.. சரி நீங்க புறப்படுங்க..’ என்றாள்.

ஒரு வாரம் கழித்து, பவித்ராவிடமிருந்து போன் வந்தது. ‘உங்களை மீட் பண்ணணும் பிரபு..’ என்றாள். இருவரும் வழக்கமாகச் சந்திக்கும் காபி ஷாப்பில் சந்தித்தோம். ‘என்ன விஷயம் பவித்ரா..’ நான் கேட்டேன். அவள் சற்றும் தாமதிக்காமல் ‘ஐ லவ் யூ பிரபு..’ என்றாள். எனக்கு அதிர்ச்சியாகவும், ஆச்சரியமாகவும் இருந்தது. ‘என்ன ஆச்சு பவித்ரா உங்களுக்கு.. ஏன் இந்த கன்ஃபியூஷன்..’ எனக் கேட்டேன். அவள் ‘ஒரு கன்ஃபியூஷனும் இல்ல.. க்ளியரா இருக்கேன்..’ என்று கூறி, மேலும் ‘பிரபு, நா உங்களை லவ் பண்ணலைன்னு சொன்னதுக்கு அப்புறமும்.. என்கிட்ட குடுத்த வார்த்தையை ஹானர் பண்ணணுங்குறதுக்காக, அநாதை குழந்தைகளுக்கு நீங்க பணம் கட்டினது, என்னை ரொம்பவே இம்ப்ரஸ் பண்ணிடுச்சு.. என்னை நீங்க மறுபடியும் இம்ப்ரஸ் பண்றதுக்காக, அதையே எனக்குத் தெரியுற மாதிரி பண்ணியிருந்துருக்கலாமே.. ஆனா அப்படிப் பண்ணலையே.. அதுலதான் உங்களோட நல்ல மனசு எனக்குப் புரிஞ்சுது.. ஸோ.. உங்களை விட பெட்டர் ஆப்ஷன் என் லைஃப் முழுக்கத் தேடினாலும் கிடைக்காதுன்னு தெரிஞ்சுப் போச்சு.. இதை சொல்றதுல எனக்கு எந்த காம்ப்ளக்ஸும் இல்லை..’ என்றாள். நான் ‘தாங்ஸ் பவி..’ என்றேன். பேரர் வர இரண்டு கோல்டு காபி ஆர்டர் செய்தேன்.

11
மாண்பு

வைதேகி, பிரசவம் முடிந்து, தனது பெண் குழந்தையுடன் ஊருக்குப் புறப்பட்டாள். அவளை அழைத்துக் கொண்டு போக அவளது கணவன் கண்ணன் பெங்களூரிலிருந்து வந்திருந்தான். வைதேகியின் அப்பா வரதராஜ குருக்கள் அவர்களை ஸ்டேஷன் வரை வந்து வழியனுப்பி வைத்தார். அவர்கள் புறப்பட்டுப் போனதும், ஒரு பெரிய கடமையை முடித்துவிட்ட மன நிறைவு அவருக்கு வந்தது. ஒரு பெண் பிள்ளையைப் பெற்று வளர்த்து, படிக்க வைத்து, கல்யாணம் பண்ணிக் கொடுப்பது என்றால் அது சாதாரணமான காரியமா?

வரதராஜ குருக்கள், மேற்கு மாம்பலத்தில் உள்ள தனியாருக்குச் சொந்தமான ஒரு விநாயகர் கோவிலில், ஆஞ்சநேயர் சன்னதியில், குருக்களாகப் பணியாற்றுகிறார். அந்தக் கோவிலில், எல்லா நாளும் பக்தர்களின் கூட்டம் அலை மோதும். ஆனால், தட்டில்தான் காசு விழுவதில்லை. வருகிறவர்கள், பத்து ரூபாயையும், இருபது ரூபாயையும் பிள்ளையார் சன்னதியில் இருக்கும் குருக்களின் தட்டில் போட்டுவிட்டு, ஒரு ரூபாய் நாணயத்தையும், இரண்டு ரூபாய் நாணயத்தையும் இவரது தட்டில் போட்டுச் செல்கிறார்கள். ஆனாலும் அவர் அதை மகிழ்வுடனே ஏற்றுக் கொண்டார். காசை வைத்து மனிதர்களை எடை போட, அவர் ஒருநாளும் தனது மனதை அனுமதித்ததில்லை. அது அவர்கள் மேல் வெறுப்பை உண்டு பண்ணிவிடும். 'பகவானுக்குச் சேவகம் பண்றவா வெள்ளை மனசோட இருக்கணும்..' என்பார் அடிக்கடி. எப்போதாவது வீட்டு பட்ஜெட்டில் துண்டு விழுந்தால், அவரது மனைவி பூங்கோதை 'உங்க வெள்ளை மனசை அடகு வச்சு அரை லிட்டர் தயிர் வாங்கிண்டு வாங்கோ பார்ப்போம்..' எனக் கோபமாகப் பேசுவாள். யார் என்ன சொன்னாலும் சரி, அவர் தனது கொள்கையை மட்டும் மாற்றிக் கொள்ள மாட்டார்.

கதிரேசன். அறங்காவலர் குழுவில் பொருளாளராக இருப்பவன். காவி வேட்டியும், வெள்ளைச் சட்டையும், சட்டைப் பையை துருத்திக்

கொண்டு தெரியும் இரண்டாயிரம் ரூபாய் நோட்டும் அவனது அடையாளம். சிவகார்த்திகேயன் 'மெரினா' படத்தில் அறிமுகமானபோது எப்படி இருந்தாரோ, அப்படி இருப்பான் அவன். அருகில் வந்தான் என்றால், அத்தர் வாசம் மூக்கைத் துளைக்கும். மற்ற வாசனைகளை விட, அத்தருக்கு உள்ள விசேஷம் என்னவென்றால், அடுத்தவரைத் தன் பக்கம் சுண்டி இழுக்கும். அதே சமயம் முகம் சுழிக்கவும் வைக்காது. வரதராஜ குருக்களுக்கும் அந்த வாசம் பிடிக்கும். அவன் எப்போது சாமி கும்பிட வந்தாலும், அந்த மணத்தை அவர் முழுமையாக உணர்வார். அவன் அங்கிருந்து சென்ற பிறகும்கூட, சிறிது நேரத்திற்கு அந்த மணம் வீசிக் கொண்டிருக்கும். அவன் நல்ல செலவாளியும் கூட. அவனைச் சுற்றி எப்போதும் ஒரு கூட்டம் இருந்து கொண்டே இருக்கும். யாருக்கு என்ன தேவை என்றாலும் தயக்கமில்லாமல் வாங்கிக் கொடுப்பான். இத்தனைக்கும், அவனுக்குக் கோவிலிலிருந்து வரும் சம்பளத்தைத் தவிர, வேறு வரும்படி இல்லை.

வரதராஜ குருக்கள், வைதேகி ப்ளஸ்–டூ முடித்ததும், படித்தது போதும் என நிறுத்தி விட்டார். காலேஜ் அனுப்பினால் அதற்குத் தன்னால் பணம் செலவழிக்க முடியுமா என்கிற சந்தேகம் அவருக்கு இருந்தது. வைதேகி எவ்வளவோ சொல்லிப் பார்த்தாள். கெஞ்சிப் பார்த்தாள். அவர் கேட்பதாக இல்லை. அப்பாவின் நிலைமை அறிந்த அவள், நாளடைவில், தன்னை மாற்றிக் கொண்டாள். அப்பாவுக்குத் துணையாக, வீட்டில் வைத்து, நான்கைந்து பிள்ளைகளுக்கு டியூஷன் எடுத்து, வருமானமும் பெருக்கிக் கொடுத்தாள். பூங்கோதைதான், அவள் சம்பாதித்துக் கொடுத்த பணத்திலிருந்து ஒரு ரூபாய்கூட எடுக்காமல், அப்படியே சேமித்து வைத்தாள் அவளது கல்யாணத்திற்கு ஆகுமென்று.

அந்த வயதையும் வைதேகி தொட்டாள். முதலில், சொந்தத்திலிருந்து இரண்டு மாப்பிள்ளைகள் வந்தனர். முதல் மாப்பிள்ளை கருப்பாக இருக்கிறான் எனப் பூங்கோதை நிராகரித்தாள். வைதேகி ரோஜாப்பூ நிறத்தில் இருப்பாள். இரண்டாவது மாப்பிள்ளையை, அவன் சிகரெட் குடிக்கும் சேதி அறிந்து, வைதேகியே நிராகரித்தாள். மூன்றாவதாக வந்த மாப்பிள்ளைதான் கண்ணன். சொந்த ஊர் கும்பகோணம் என்றாலும், படித்து முடித்ததும், வேலை கிடைத்து பெங்களூருக்கு வந்து விட்டான். பெங்களூரின் 'பஃப் கல்ச்சர்' தன் மேல் படியாமல் பார்த்துக் கொண்டவன். பொறுப்பான பிள்ளை. தாய் தகப்பன் கிழித்த கோட்டைத் தாண்ட மாட்டான். வைதேகி

ரோஜப்பூ நிறம் என்றால், இவன் மல்லிகைப்பூ நிறம் என்று சொல்லலாம். அவ்வளவு வெள்ளையாக இருப்பான். பார்த்த கணத்திலேயே வைதேகிக்கும் பூங்கோதைக்கும் வரதராஜ குருக்களுக்கும் அவனைப் பிடித்துப் போனது. டௌரிதான் கொஞ்சம் அதிகம் எதிர்பார்த்தார்கள். வரதராஜ குருக்களுக்கு அது கைமீறின விஷயமாக இருந்தாலும், கண்ணனை இழக்க அவர் மனசு சம்மதிக்கவில்லை. ராமனுக்கும், சீதைக்கும் தூது போனவன், தன் மகளின் வாழ்க்கைக்கு ஒரு வழி காட்டாமலா போய் விடுவான் என்ற நம்பிக்கையில், கண்ணன் வீட்டில் வைத்த எல்லா கோரிக்கைகளையும் ஏற்றுக் கொண்டார். தான் சேமித்து வைத்திருந்த பணம், வைதேகி சம்பாதித்துக் கொடுத்திருந்த பணம், பூங்கோதையின் நகை என எல்லாவற்றையும் சேர்த்து வைத்துக் கணக்குப் போட்டுப் பார்த்தார். கண்ணன் வீட்டில் கேட்டதற்கும், அவரிடம் இருக்கும் கையிருப்புக்கும் சம்பந்தமில்லாமல் இருந்தது. எப்படி இந்தக் கல்யாணத்தை நடத்துவது? இந்த ஏழை பிராமணனை நம்பி யார் அவ்வளவு பணம் கடன் கொடுப்பார்கள்? யோசிக்கும் போது, அவரது ரத்தத்தில் உஷ்ணம் பாய்ந்தது.

கதிரேசன், தான் தருவதாக முன் வந்து நின்றான். வரதராஜ குருக்களால் அதை நம்ப முடியவில்லை. இவனிடம் ஏது அத்தனைப் பணம்? 'உமக்கு எதுக்கு ஓய் அந்தக் கவலையெல்லாம்.. பணம் எவ்வளவு வேணும்னு மட்டும் கேளும்.. தர வேண்டியது என்னோட பொறுப்பு..' என்றான் அழுத்தமாக. வரதராஜ குருக்களுக்கு ஆச்சரியமாக இருந்தது. பகவான், சில பேரை மட்டும்தான் இப்படிப் படைப்பார் போலிருக்கிறது. அடுத்தவருடைய கஷ்டத்தைத் தனது கஷ்டமாக எடுத்துக் கொள்ளும் மாண்பு. வரதராஜ குருக்கள் தனது தேவையைச் சொன்னார். கதிரேசன் 'இவ்வளவுதானே ஐயரே.. கவலையை விட்டுட்டு கல்யாண வேலையை மட்டும் பாரும்.. பணம் சொன்ன தேதியில வந்து சேரும்..' என்றான். வரதராஜ குருக்களின் கண்களில் நீர் தழும்பியது. அவனுக்கு எப்படி நன்றி சொல்வது என தெரியாமல் தடுமாறினார். 'எதுக்கு ஓய் நன்றியெல்லாம்.. ஒருத்தருக்கொருத்தர் உதவி செய்யலைன்னா அப்புறம் மனுஷனாப் பொறந்ததுக்கு என்ன அடையாளம்..' என அநாயசமாக சொல்லிவிட்டு, புறப்பட்டுப் போனான். அத்தர் மணத்துடன் அவனது மனசும் சேர்ந்து வீசுவதை உணர்ந்தார் வரதராஜ குருக்கள். சொன்ன தேதியில், பணத்தைக் கொண்டு வந்தும் கொடுத்தான். வைதேகிக் கல்யாணம் ஜாம் ஜாமென்று நடந்தது. கல்யாண வீட்டில், தன்னால்தான் இந்தக் கல்யாணம் நடக்கிறது என்பதை, எந்த ஒரு இடத்திலும் அவன்

92 / கலர் தாஜ்மஹால்

காட்டிக் கொள்ளவில்லை. கடைசி வரிசையில் அடக்கமாக உட்கார்ந்து கொண்டான்.

இப்போது, வைதேகி பிள்ளையும் பெற்றுக் கொண்டு, ஊருக்கும் கிளம்பிப் போய் விட்டாள். வரதராஜ குருக்கள், கதிரேசனைப் பார்க்கும் போதெல்லாம் 'எப்படியாவது பணத்தைத் திருப்பிக் கொடுத்துடறேன்.. செத்தப் பொறுத்துக்கோங்க..' என கெஞ்சும் பாவணையில் சொல்வார். கதிரேசன் 'ஒரு அவசரமும் இல்ல ஓய்.. நான் என்ன செத்தாப் போயிடுவேன்..' என அலட்சியமாகக் கூறி விட்டுச் செல்வான். 'இவனை மாதிரி ஊருக்கு ஒரு புள்ளை இருந்தாப் போதும்.. யாருக்கும் பிரச்சனை வராது...' என நினைத்துக் கொள்வார். ஒருநாள், அவருக்கு, கதிரேசன், காஞ்சிபுரத்திலுள்ள தனது நிலத்தை விற்றுத்தான் வைதேகியின் கல்யாணத்திற்குப் பணம் கொடுத்திருக்கிறான் என்பது தெரிய வந்தது. மின்னல் தாக்கியவரைப் போல் அதிர்ச்சியுற்றுப் போனார். கதிரேசனைச் சந்தித்து 'என்ன காரியம் பண்ணியிருக்கேள்..' எனக் கேட்டார். அவன் கொஞ்சமும் அலட்டிக் கொள்ளாமல், 'வெளைச்சல் நெலத்துல நடந்தா மட்டும்தான் சந்தோஷமா.. ஒருத்தர் வாழ்க்கையில நடந்தாலும், அது சந்தோஷம்தான்....' என்று கூறினான். வரதராஜ குருக்களின் கண்களில் நீர் கசிந்தது.

ஊருக்குப் போன வைதேகியும், கண்ணனும் போன் பண்ணினார்கள். வைதேகி 'அப்பா எனக்கு நல்ல கணவராப் பார்த்து வச்சுருக்கீங்க.. ரொம்ப தேங்ஸ்ப்பா..' என்றாள். கண்ணன் போனை பிடுங்கி 'மாமா நான்தான் உங்களுக்குத் தாங்ஸ் சொல்லணும்.. எனக்கு நல்ல ஒய்ஃபா குடுத்துருக்கிங்க..' என்றான். வரதராஜ குருக்கள் 'இதுக்கு எதுக்கு ரெண்டு பேரும் தாங்ஸ் சொல்லிக்கிட்டு இருக்கீங்க.. யார் யாருக்கு யார் யார்கூட பிராப்தம் இருக்கோ அதன்படிதான் நடக்கும்..' என்றார். பேத்தியின் காதில் போனை வைக்கச் சொல்லி, சிறிது நேரம் கொஞ்சினார். அது புரியாமல் குறுகுறுவென்று பார்த்தது.

ஒருநாள், கோவில் இருக்கும் தெருவில் ஒரு கிழவர் இறந்து விட, அன்று நடை சாத்தப்பட்டது. வரதராஜ குருக்கள், வீட்டு வேலைகளில் இறங்கினார். வைதேகி டியூஷன் சொல்லிக் கொடுப்பதற்காக வாங்கி வைத்திருந்த புத்தகங்களை எல்லாம், பூங்கோதை பத்திரமாகப் பாதுகாத்து வைத்திருந்தாள். அதை யாருக்காவது இலவசமாகக் கொடுக்கலாம் என நினைத்த அவர், ஒவ்வொன்றாக எடுத்து, அதில் உள்ள தூசிகளைத் தட்டி வேறொரு இடத்தில் அடுக்கினார். அப்போது, அதன் நடுவே, இரண்டு

வருடத்திற்கு முந்தைய ஒரு டைரியும் இருந்தது. அதை எடுத்து புரட்டிப் பார்த்தார். அதன் ஒரு பக்கத்தில், வைதேகி அவளது குண்டு குண்டு கையெழுத்தால் ஏதோ எழுதியிருந்தாள். என்ன எழுதியிருக்கிறாள் என அவர் படிக்க ஆரம்பித்தார்.

‘கதிர்.. நீங்க என்னை விரும்புறதா இன்னிக்கு வர்ஷினி வந்து சொன்னா.. யாருக்கும் யாரையும் காதலிக்கிற உரிமை இருக்கு.. அதுல ஒண்ணும் தப்பு இல்ல.. ஆனா, என்னால உங்கக் காதலை ஏத்துக்க முடியுமான்னுதான் தெரியல.. காரணம், அடிப்படையே நமக்கு எதிரானதா இருக்கு.. நீங்க வேற குலம்.. நா வேற குலம்.. இந்தக் காலத்துல இது ஒரு விஷயம் இல்லைன்னாலும், என்னால எங்கப்பாகிட்ட இதைக் கொண்டுகிட்டுப் போக முடியாது.. அவருக்குப் பிடிக்காத பொண்ணா நான் எப்பவுமே இருந்தது இல்லை.. ஒருவேளை, அவர் முதல்ல மறுத்து, அப்புறம் ஏத்துக்கிட்டாலும், அந்த ஆரம்பக் கஷ்டத்தைகூட நா அவருக்கு கொடுக்க விரும்பலை.. எவ்வளவு கஷ்டத்துலையும், அவர் என்னைச் சந்தோஷமா வளர்த்துருக்கார்.. நான் என்ன கேட்டாலும் அதை உடனே வாங்கிக் குடுத்துடுவார்.. அதை எப்படி வாங்கினார்னு இதுவரைக்கும் எனக்குத் தெரியாது.. ஒரு லேசான தலைவலின்னா கூடத் துடிதுடிச்சுப் போயிடுவார்.. அவர் தைலம் தேய்ச்சு விடுற பாங்கே தனிதான்.. ராத்திரில அவர் கையில தலைய வச்சு படுத்துகிட்டாதான் எனக்குத் தூக்கமே வரும்.. திருப்பாவையையும், திருவெம்பாவையையும் அவ்வளவு அழகாகச் சொல்லிக் கொடுப்பார். எல்லா வீட்டுலயும் பொண்ணுங்க அம்மா கூடத்தான் நெருக்கமா இருப்பாங்க.. நான் அப்பாகூட.. எந்த ஒரு காரியத்தையும் என்னோட கருத்தைக் கேட்காம முடிவு பண்ண மாட்டார். அது ஜெயமானதும், வைதேகி சொல்லித்தான் செஞ்சேன் என்பார்.. அப்படிப்பட்ட அப்பாவுக்கு, நான் நன்றியோட இருக்க வேண்டாமா.. அந்த நன்றி, அவரை கௌரவப்படுத்துறதா இருக்க வேண்டாமா.. சந்தோஷப்படுத்துறதா இருக்க வேண்டாமா.. காலம் பூரா கஷ்டப்பட்டவர்கிட்ட போய், ஒரு பையனை நான் லவ் பண்றேன்னு சொல்லி அவரை எப்படி கஷ்டத்துல ஆழ்த்த முடியும்.. அது மட்டமா இருக்காது.. அதனால தயவு பண்ணி என்னை மன்னிச்சுடுங்க கதிர்.. என்னோட எண்ணங்களைச் சரியாப் புரிஞ்சுக்குவீங்கன்னு நினைக்குறேன்.. நீங்களும் நல்லவர்தான்.. உங்களைப்பற்றி நிறையக் கேள்விப்பட்டிருக்கேன்.. யார் யாருக்கோ என்னென்னமோ உதவியெல்லாம் பண்ணி

யிருக்கீங்களாம்.. அது நிச்சயம் உங்களை நல்ல முறையில வாழ வைக்கும்.. இந்த வைதேகியை விட, ஒரு நல்ல மனைவி உங்களுக்குக் கிடைப்பா.. இன்னியிலேருந்து, நான் எனக்காக மட்டுமில்லை, உங்களுக்காகவும் கடவுள்கிட்ட பிரார்த்திக்குறேன்..'

படித்து முடித்ததும், வைதேகி, கதிரேசனைக் கதிர் என அழைத்திருப்பது வரதராஜ குருக்களின் நினைவிற்கு வந்தது. அவளுக்கும் அவனிடத்தில் ஈர்ப்பு இருந்துதான் இருக்கிறது. ஆனாலும் தன்மேல் உள்ள அன்பால், எவ்வளவு நாகரிகமாக அவனை மறுத்திருக்கிறாள். கதிரேசன் எவ்வளவு நல்ல பையன். அவன் மனசு என்ன பாடுபட்டிருக்கும். குலம் என்ன குலம்.. அதுவா கட்டிண்டு அழப் போகுது.. கல்யாணத்துக்கப்புறம் நாம பார்த்து வைக்கிற மாப்பிள்ளை சரியில்லாமப் போனா, நம்பளால என்ன பண்ணிட முடியும்.. போலீஸ் ஸ்டேஷனுக்கும், கோர்ட்டுக்கும்தான் அலைஞ்சுகிட்டு இருக்கணும். 'வைதேகி, ஒரு வார்த்தை இதை நீ என்கிட்ட சொல்லியிருக்கலாமேம்மா.. எல்லாத்தையும் சொன்ன.. இதை சொல்லாம விட்டுட்டியே.. அப்பாவை நீ புரிஞ்சுகிட்டது அவ்வளவுதானா..' என நினைத்து, பகவான்கிட்ட சுத்த பத்தமா இருக்கணும்ங்குறது உடல் சுத்தம் இல்ல.. மன சுத்தம்.. அதை அழுக்கா வச்சுகிட்டு என்ன மந்திரம் சொன்னாலும் அது பலிக்காது.. என்னை இப்படிக் குற்றவாளிக் கூண்டுல நிக்க வச்சிட்டியேம்மா.. இப்ப நான் என்ன பண்றது.. அந்தப் பையன் கதிரேசனைப் பார்த்து மன்னிப்பு கேட்டாதான் மனசு ஆறும் போலிருக்கு..

கதிரேசனைத் தேடிப் போனார். அவன் அவரை உற்சாகமாக வரவேற்றான். வைதேகி எப்படி இருக்கிறாள்? கண்ணன் சார் எப்படி இருக்கிறார்? குழந்தை எப்படி இருக்கிறாள் என விசாரித்தான். அவர் அவனையே ஆச்சரியமாகப் பார்த்துக் கொண்டிருந்தார்.

'என்னாச்சு ஓய்.. அப்படிப் பார்க்குறீர்..'

'நீங்கள்லாம் ரொம்ப உயர்ந்தவா.. அதான் பாக்குறேன்..'

'என்ன சொல்றீர்.. எனக்கு எதுவும் புரியலையே..'

'வைதேகியோட டைரியைப் படிச்சேன்.. இப்பப் புரிஞ்சுருக்கும்ன்னு நினைக்குறேன்..'

அவன் வாயடைத்துப் போய் நின்றான்.

'நீயாவது ஒரு வார்த்தை சொல்லியிருக்கலாமே..'

அவன் இப்போதும் எதுவும் பேசாமலே நின்றான்.

'என்ன கதிரேசா எதுவும் பேச மாட்டேங்குற..'

'இதுல உங்க சம்மதத்தைவிட வைதேகியோட சம்மதம்தான் முக்கியம்.. அவளே மறுத்ததுக்கப்புறம் உங்ககிட்ட பேசி என்ன பிரயோஜனம்.. அதான்.. அதை அப்படியே விட்டுட்டேன்..'

'உனக்கு வலிக்கலையா..'

'வலிச்சுதுதான்.. ஆனா அதுக்காக வலுக்கட்டாயமா அடைய முடியுமா.. அது எல்லோருக்கும் வலிக்கும் இல்ல..'

அவர் அவனது கையைப் பிடித்துத் தனது கண்களில் ஒற்றிக் கொண்டார். அவன் மின்னல் வேகத்தில் உதறிக் கொண்டான். 'நீங்க பெரியவர்.. இப்படியெல்லாம் பண்ணக் கூடாது..' என்றான். அவர் 'நீதான்ப்பா பெரியவன்.. வயசுல சிறியவனா இருந்தாலும், பண்ண காரியத்துல உயர்ந்து நிக்கிறியே..' என்றார். அவன் 'அதெல்லாம் ஒண்ணும் இல்ல ஓய்.. வைதேகியக் கல்யாணம் பண்ணிகிட்டு வாழணும்னு ஆசைப்பட்டேன்.. அது நடக்கல.. சரி, அவளை வாழ வச்சாவது பார்ப்போமேன்னு ஆசைப்பட்டேன்.. அது நடந்துடுச்சு.. அவ்வளவுதான்..' என்று கூறி எதுவுமே செய்யாதவன் போல் புறப்பட்டுச் சென்றான். இந்த முறை அத்தர் மணத்தை விட, அவனது மனம் அதிகமாக கமழ்ந்ததை அவர் உணர்ந்தார்.

12
இதுதான் காதல் என்பதா...

கிரீன் பாவர்ச்சியில் பிரியாணி சாப்பிடுவதற்காகவே எத்தனைமுறை வேண்டுமானாலும் ஐதராபாத்திற்கு வரலாம். அருணும், அவனுடன் வேலை பார்க்கும் கோபியும் ஆபீஸ் வேலையாக ஐதராபாத் வந்து ஒரு வாரம் ஆகிறது. இந்த ஒரு வாரமும், ஒருநாள் விட்டு ஒருநாள், அங்கிருந்துதான் பிரியாணி வாங்கி வரச்சொல்லிச் சாப்பிட்டார்கள். ஐதராபாத்திற்கு வருகிறவர்கள் சார்மினாரை மிஸ் பண்ணினாலும் பண்ணலாமே தவிர, கிரீன் பாவர்ச்சியை மிஸ் பண்ணக்கூடாது. பண்ணினால் அது அவர்களுக்குத்தான் நஷ்டம். அந்தப் பிரியாணி ரைஸை வாயில் வைத்தால் ஐஸ்க்ரீம் மாதிரி கரையும். அன்று கடைசி நாள். ஊருக்குப் புறப்படும் முன், அங்கு போய்ச் சாப்பிட்டு விட்டுப் போகலாம் என முடிவு பண்ணி, இருவரும் அங்கு வந்து சாப்பிட்டார்கள். சாப்பிட்டு முடித்ததும், பில்லுக்கானப் பணத்தைக் கொடுத்து விட்டு, வெளியில் வந்து ஒரு ஆட்டோ பிடித்து, 'செகந்த்ராபாத் போகலாமா..' எனக் கேட்டு ஏறிக் கொண்டார்கள்.

செகந்த்ராபாத் ரயில்வே ஸ்டேஷன். ஆட்டோ வந்து நிற்க, அருணும், கோபியும் இறங்கிக் கொண்டார்கள். மீட்டர் பார்த்துப் பணம் கொடுத்து விட்டு, உள்ளே வந்து, ஓவர் ஹெட் பிரிட்ஜில் ஏறி, ஐந்தாம் நம்பர் பிளாட்ஃபார்முக்கு வந்து சேர்ந்தார்கள். சென்னை செல்லும் சார்மினார் எக்ஸ்பிரஸ் புறப்படுவதற்குத் தயாராக நின்று கொண்டிருந்தது. எஸ்-7 கோச்சைத் தேடி வந்து, அதில் ஏறி, தங்களது சீட் நம்பரைப் பார்த்து இருவரும் உட்கார்ந்து கொண்டார்கள். டிரெயின் புறப்படுவதற்குப் பத்து நிமிடங்கள் இருந்தது. அங்கும் இங்குமாகத் தமிழும் தெலுங்கும் கலந்த பேச்சுக் குரல் கேட்டுக் கொண்டிருந்தது. அருண், அதைப் பார்த்து ரசித்துக் கொண்டிருந்தான்.

அப்போது, ஒரு பெண், இடுப்பில் உட்கார்ந்திருக்கும் குழந்தையை, தனது இடது கையால் அணைத்துப் பிடித்தும், வலது கையில் ஒரு சூட்கேஸைச் சுமந்த படியும், அவர்கள் உட்கார்ந்திருக்கும் அதே கோச்சில், வேக வேகமாக வந்து ஏறினாள். சீட் நம்பரைப் பார்த்து, இவர்களுக்கு எதிரே உட்கார்ந்தாள். அவளைப் பார்த்ததும் அருண் ஆச்சரியம் அடைந்தான். அவள் வினோதினிதானே? அவளும் அவனைப் பார்த்து, ஆச்சரியம் அடைந்தாள். அவன் அருண்தானே? இருவருக்கும், சிறிது நேரம் பேச்சு வரவில்லை. கோபி அவர்களைப் புரியாமல் பார்த்துக் கொண்டிருந்தான். அருண்தான் முதலில் பேச ஆரம்பித்தான்.

'வாட் எ சர்ப்ரைஸ்.. உன்னை நான் இங்க எதிர்பார்க்கல வினோதினி..'

'நான் கூட உங்களை எதிர்பார்க்கல.. இது நிஜமான்னு இன்னும் எனக்குச் சந்தேகமா இருக்கு..'

'நிஜம்தான்.. நோ டவுட்.. எப்படியிருக்க.. உன் குழந்தையா..'

'ம்.. நல்லாருக்கேன்.. இது என் குழந்தைதான்..'

அருண், குழந்தையின் கன்னத்தை லேசாகக் கிள்ளி முத்தமிட்டு விட்டு 'என்ன பேர் வச்சுருக்க..' எனக் கேட்டான்.

'அருணகிரி.. ஷார்ட்டா அருண்னு கூப்பிடுறோம்..'

அதைக்கேட்டதும், அருண் ஷாக்கடித்தவன் போல், அவளை நிமிர்ந்து பார்த்தான்.

'என்ன அப்படிப் பார்க்குறீங்க..'

'என்னை, நீ இன்னும் மறக்கலை, இல்ல..'

'எப்படி மறக்க முடியும்.. மறந்துட்டா, நடந்ததெல்லாம் உண்மை யில்லைன்னு ஆயிடுமா....'

டிரெயின் புறப்பட்டது. ப்ளாட்ஃபார்மில் நின்று கையசைத்தவர்கள், பின்னோக்கி நகர்ந்து கொண்டிருந்தார்கள். சிலரது கண்களில் கண்ணீர் தெரிந்தது. பிரிவு எத்தனை துயரமானது. அருணும், வினோதினியும் கூட, ஒருநாள், இப்படிப் பிரிந்து சென்றவர்கள்தானே.

சென்னை, காதர் நவாஸ்கான் ரோட்டிலுள்ள ஒரு ஐடி கம்பெனியில், அருண் சாஃப்ட்வேர் இஞ்சினீயராக வேலை பார்த்தான். அதே கம்பெனியில் வினோதினியும் வேலைக்கு வந்து

சேர்ந்தாள். ஒரு பெரிய ஹாஸ்பிடலுக்குத் தேவையான சாஃப்ட்வேரைத் தயாரிக்கும் பொறுப்பை, மேனேஜ்மென்ட், அருண், வினோதினி இருவரிடமும் ஒப்படைத்தது. இருவரும், நேரம் காலம் பாராமல், பசி, தூக்கம் பாராமல், சேர்ந்து உழைத்தார்கள். அந்த உழைப்பில், ஒருவரின் ஆற்றலை மற்றொருவர் வியந்து பார்த்தார்கள். எப்போதாவது ரெஸ்ட் கிடைக்கும்போது, ஒருவரைப்பற்றி ஒருவர், பர்சனலாகவும் கேட்டுத் தெரிந்து கொண்டார்கள்.

அருண் அவனது பெற்றோருக்கு ஒரே பையன். அதனால் செல்லமாக வளர்க்கப்பட்டவன். அவன் கேட்டது எல்லாமே அவனுக்குக் கிடைத்திருக்கிறது. இப்போதும், இரவில் அவன் வீட்டுக்கு வருவதற்குத் தாமதமானால், அவனது அப்பா, வீட்டிலிருந்து டின்னர் எடுத்துக் கொண்டு, ஆபீசுக்கு வந்து விடுவார். எப்போதுமே, அதில் இரண்டு பேர் சாப்பிடும் அளவுக்கு டிபன் வைக்கப்பட்டிருக்கும். முன்பெல்லாம் கோபிதான் அவனுடன் ஷேர் பண்ணி சாப்பிடுவான். வினோதினி வந்ததற்குப் பிறகு, அவள்தான் அவனுடன் ஷேர் பண்ணுகிறாள். ஒவ்வொரு முறையும், அருண் அம்மாவின் கைப்பக்குவத்தை, மனம் விட்டுப் பாராட்டுவாள். அதுபோல் சாப்பிட்டு முடித்ததும், அந்தக் கேரியரை, அவளே கழுவி வைக்கவும் செய்வாள். அவளுக்கு அப்பா கிடையாது. ஒரு விபத்தில் இறந்து விட்டார். அம்மா மட்டும்தான். மற்றும் இரண்டு தங்கைகள். அவள், படித்து முடித்து வேலைக்கு வருவதற்கு முன்பு வரை, அவளது மாமா ராஜேஷ்தான், அந்தக் குடும்பத்திற்குத் தேவையான எல்லாவற்றையும் பார்த்துக் கொண்டான்.

ஒருநாள், அருண், வினோதினியிடம் ‘இந்த உலகத்திலேயே உனக்கு ரொம்பப் பிடிச்ச விஷயம் எது வினோ..’ எனக் கேட்டான்.

‘நீதான்..’ அவள் கொஞ்சமும் யோசிக்காமல் பதில் சொன்னாள்.

அருண், ஒரு நிமிடம் தடுமாறிப் போனான்.

‘இப்படி ஒரு ஆன்சரை நான் எதிர்பார்க்கலை..’

‘நானும் எதிர்பார்க்கலைதான்.. என்னமோ பட்டுன்னு வந்துடுச்சு..’

‘அது எப்படி பட்டுன்னு வரும்.. மனசுல ஏற்கனவே விதை விழுந்திருந்தாதான் அப்படி வரும்..’

‘சரி.. விழுந்ததாதான் வச்சுக்கங்களேன்..’

அவன், மேலும் தடுமாறிப் போனான்.

'ஏய்.. என்னப்பா சொல்ற.. நீ சொல்ற வார்த்தைக்கு, மீனிங் புரிஞ்சுதான் பேசுறியா...'

'எஸ்.. புரிஞ்சுதான் பேசுறேன்..'

'அப்ப.. யூ ஆர் இன் லவ் வித் மீ..'

'எஸ்..'

அருண் வாயடைத்துப் போய் நின்றான். அவனுக்கு என்ன சொல்வதென்று தெரியவில்லை. மனதில், நூறு தடவை யோசித்து, ஆயிரம் தடவை ஒத்திகை பார்த்து, சொல்லக்கூடிய ஒரு விஷயத்தை, கொஞ்சமும் தயக்கமில்லாமல், இப்படி, ஒரு விநாடியில் போட்டு உடைக்கிறாளே?

'என்ன சைலண்ட் ஆயிட்டீங்க.. உங்களுக்கு விருப்பம் இல்லையா..' அடுத்தக் கேள்வியையும் அதிரடியாகக் கேட்டாள்.

'விருப்பம் இல்லைன்னு சொன்னேன்னா.. என்ன பண்ணுவ..'

'சூசைட் பண்ணிக்குவேன்னு மட்டும் எதிர்பார்க்காதீங்க.. அப்பவும் உங்களைத்தான் லவ் பண்ணுவேன்.. நீங்க, அக்சப்ட் பண்ணிக்குற வரைக்கும், லவ் பண்ணிகிட்டே இருப்பேன்..'

அவளது ஆழமான நேசிப்பு, அவனுக்குப் புரிந்தது. 'அவ்வளவு தூரமெல்லாம் போக வேண்டாம்.. இப்பவே பண்ணிக்க..' என்றான். அவள் சுற்றும்முற்றும் பார்த்தாள். யாரும் இல்லை. 'தாங்ஸ்..' என்று கூறி அவனது கன்னத்தில் முத்தமிட்டாள்.

அதுவும் அவன் எதிர்பாராததுதான். எல்லாவற்றிலும் வேகமாக இருக்கிறாள். அன்று முதல், இருவரும் தனித்தனி அல்ல, ஒன்று என நினைக்க ஆரம்பித்தார்கள். அவன், அவளைத் தனது வீட்டிற்கு அழைத்து வந்து, அப்பா அம்மா இருவருக்கும் அறிமுகம் செய்து வைத்தான். அவள், அவனது அம்மாவின் கையைப் பிடித்து 'அருமையா சமைக்கிறீங்க ஆன்ட்டி..' என்று கூறி, முத்தமிட்டாள். அப்பா 'நான்தான் பாராட்டிகிட்டு இருப்பேன்.. இப்ப நீயும் வந்து சேர்ந்துக்கிட்டியா.. இனிமே புரவிஷன் பில்தான் எகிறப்போவுது.. உங்க ஆன்ட்டி நெய்யும், முந்திரிப்பருப்பும் இல்லாம எந்தப் பலகாரமும் பண்ண மாட்டா..' என்று சொல்லிச் சிரித்தார். பதிலுக்கு வினோதினி 'ஹோட்டலுக்குப் போற செலவு மிச்சமாகுதுல்ல அங்கிள்.. அதோட வயித்துக்கும் கெடுதல் இல்லாம இருக்குல்ல..' என்றாள். அவள் அப்படிப் பேசியது, அவர்கள் இருவருக்கும்

பிடித்துப் போனது. அடிக்கடி, அவனது வீட்டுக்கு வர ஆரம்பித்தாள். ஒரு சில நாட்களில் அவர்களுக்குள் எந்த இடைவெளியும் இல்லாமல் போனது. அருண் எங்கேயாவது வெளியூர் போக நேர்ந்தால், அவள் அங்கு வந்து படுத்துக் கொள்வாள். அதுவும் அருணின் பெட்ரூமில், அவனது பெட்டிலேயே படுத்துக் கொள்வாள். அவன், சுவரில் அவளது போட்டோவை மாட்டி வைத்து, அதில் 'ஐ லவ் யூ வினோ' என எழுதி வைத்திருப்பதை, அவள் பார்த்துப் பார்த்து சந்தோஷமடைந்து கொள்வாள். யாருக்குக் கிடைக்கும் இப்படியொரு லைஃப்?

ஒருநாள், அந்த லைஃபிற்கும் இடையூறு வந்தது. ராஜேஷ், தனது அக்காவிடம் வினோதினியைக் கல்யாணம் பண்ணிக் கொள்ள விரும்புவதாகச் சொன்னான். அதைக் கேட்டு, வினோதினி அதிர்ந்து போனாள். ஆனால், அவளது அம்மா 'பண்ணிக்கடா.. நான் என்ன மாட்டேன்னா சொல்லப் போறேன்.. அவர் இறந்ததுக்கப்புறம் இந்தக் குடும்பத்தோட நல்லது கெட்டதையெல்லாம் நீதான எடுத்துப் பண்ண.. நீ மட்டும் இல்லன்னா, மூணு பொம்பளைப் புள்ளைகளை வச்சுகிட்டு, நான் நடுத்தெருவுக்குதான் வந்திருக்கணும்..' என்று சொன்னாள். அவளது கண்களில் நன்றிப் பெருக்கு தெரிந்தது. ராஜேஷ் 'நீ சொல்லிட்ட.. வினோதினி என்ன சொல்லுவான்னு தெரியலையே..' என்றான். அதற்கும் அவள் 'அவ என்ன சொல்லப் போறா.. நடந்ததெல்லாம்தான் அவளுக்கும் தெரியுமே.. நீ கல்யாணத்துக்கு ஆக வேண்டிய வேலையைப் பாரு..' என அதிகாரப்பூர்வமாகச் சொன்னாள். வினோதினி அப்படியே உறைந்து போனாள். அவளுக்கு என்ன செய்வது என்று தெரிய வில்லை. ராஜேஷும் நல்லவன்தான். அவளது அப்பா இறந்ததற்குப் பிறகு, அந்தக் குடும்பத்தை தாங்கிப் பிடித்தவன். வயதுக்கு வந்ததற்குப் பிறகு, ஒரு தடவை கூட, அவளை அவன் நிமிர்ந்து பார்த்ததில்லை. அத்தனை நாகரிகமானவன். அப்படிப்பட்டவனை வேண்டாம் என எப்படி நிராகரிக்க முடியும்.. அதை அம்மாதான் தாங்கிக் கொள்வாளா.. மாமா மனதில் இப்படியொரு ஆசை இருக்கிறது என்பது, முன்பே தெரிந்திருந்தால், அருணைக் காதலிக்காமலாவது இருந்திருக்கலாம்.. இப்போது அவருக்கு என்ன பதில் சொல்வது. அவரே சரி என ஏற்றுக் கொண்டாலும், அவரைப் பிரிந்து, தன்னால் நிம்மதியாக வாழ முடியுமா.. கடவுளே இது என்ன சோதனை.. இதை நானோ, இல்லை அருணோ எப்படி எதிர் கொள்ளப் போகிறோம்..

அதிகம் தள்ளிப் போடாமல், அன்று மாலையே, அருணிடம் விஷயத்தைச் சொன்னாள். அவன் சிறிது நேரம் அமைதியாக இருந்தான். பின் 'எல்லாத்துலயும் உனக்கு அவசரம்.. அதுதான் இப்ப உன்னை இந்த இடத்துல கொண்டு வந்து நிறுத்தியிருக்கு.. நாம ரெண்டு பேரும் சின்னப் பசங்க இல்ல.. வீட்டுல இருக்குறவங்களோட உணர்வுகளை மதிக்காம நடந்துக்குறதுக்கு.. நீ உன் மாமாவையே கல்யாணம் பண்ணிக்க.. அதுதான் நல்லது.. என்னடா இப்படி சொல்றானேன்னு நினைக்காத.. அவங்களைக் காயப்படுத்திட்டு நாம ஒண்ணு சேரணும்ன்னு நினைச்சோம்னா, சத்தியமா நம்பளால நிம்மதியா வாழ முடியாது.. சரி பிரியறது மட்டும் சாத்தியமான்னு கேட்டின்னா, அதுவும் வலிக்கும்தான்.. ஆனா, அவங்க வலியோட கம்பேர் பண்ணும்போது, நம்ம வலி கம்மிதான்.. போ.. போய் வீட்டுல ஒத்துக்க....' எனத் தெளிவாகக் கூறினான். அவள் அவனை கட்டிக் கொண்டு அழுதாள். சிறிது நேரம் அழவிட்டு, பின் தன்னிடமிருந்து அவளைப் பிரித்தெடுத்தான். 'ஆல் த பெஸ்ட் வினோ..' என்றான்.

இது நடந்து இரண்டு வருடமாகிறது. அவள் கல்யாணத்திற்குக் கூட அவன் போகவில்லை. அதன் பிறகு, அவளை, இதோ, இப்போதுதான் பார்க்கிறான்.

'உன் மாமா வரலியா..'

'என் முதல் தங்கைக்கு நிச்சயதார்த்தம்.. அதுக்காத்தான் சென்னைக்குப் போயிட்டு இருக்கேன்.. அவருக்கு ஆபிஸ்ல டைட் ஒர்க்.. ரெண்டு நாள் கழிச்சு ஃபிளைட்ல வந்துடுவாரு..'

'ஓ.. அப்படியா..'

'நீங்க எப்படி இருக்கிங்க அருண்.. கல்யாணம் ஆச்சா..'

'ம்..'

அவள் முகத்தில் நிம்மதி படர்வது தெரிந்தது.

'அவங்க பேரு.. என்ன பண்றாங்க..'

'கௌசல்யா.. ஹவுஸ் ஒய்ஃப்தான்..'

'குட்.. என்னைவிட நல்லா இருப்பாங்களா..'

அவன் சற்று யோசித்துவிட்டு 'ம்.. நல்லா இருப்பாங்க..' என்றான்.

அவள் மேலும் நிம்மதி அடைவது தெரிந்தது.

‘குழந்தைங்க..’

‘ஒரு குழந்தை.. பொண்ணு..’

‘என்ன பேரு வச்சுருக்கிங்க..’ அவசரமாகக் கேட்டாள்.

‘வினோதினி..’

கோபி திரும்பி அருணைப் பார்த்தான்.

வினோதினியின் முகத்தில் மகிழ்ச்சி பரவியது.

‘தாங்ஸ் அருண்.. இந்த நினைவுகள் போதும், மீதி நாட்களை நாம சந்தோஷமா வாழ..’

அப்போது, அவளது குழந்தை அழ ஆரம்பித்தது. அவள் அதை அருணிடம் கொடுத்து வைத்துக் கொள்ளச் சொல்லி விட்டு, ஃபிளாஸ்கிலிருந்து ஒரு டம்ளரில் பால் ஊற்றி, அதில் சர்க்கரையைப் போட்டுக் கலக்கினாள். பின், அவனிடமிருந்து குழந்தையை வாங்கிக் கொண்டு, அதற்கு அந்தப் பாலை ஊட்ட ஆரம்பித்தாள்.

சென்னை சென்ட்ரல். டிரெயின் வந்து நின்றது. மூவரும் இறங்கி வெளியில் வந்தார்கள். அருண், ஒரு ஆட்டோ பிடித்து, அதில் வினோதினியையும், குழந்தையையும் ஏற்றி அனுப்பி வைத்தான். பின், வேறொரு ஆட்டோ பிடித்து, அதில் அவனும், கோபியும் ஏறிக் கொண்டார்கள். ஆட்டோ புறப்பட்டதும், கோபி முதல் வேலையாக, அருணிடம் ‘எதுக்குடா.. இத்தனை பொய்..’ எனக் கேட்டான்.

அருண் அமைதியாக இருந்தான்.

‘கல்யாணமாயிடுச்சு.. குழந்தை இருக்கு.. அது இதுன்னு.. நீ பாட்டுக்கு அள்ளி விட்டுட்டு வர்ற..’

அவன், அதற்கும் அமைதியாக இருந்தான்.

‘என்னடா.. சைலண்டா இருக்க.. எதுக்காக அப்படிச் சொன்ன..’

‘வேணும்ன்னுதான்டா சொன்னேன்.. அவளுக்குக் கல்யாணம் ஆயிடுச்சு.. ஹஸ்பென்ட் குழந்தைங்கன்னு சந்தோஷமா இருக்கா.. நான் இன்னும் கல்யாணம் பண்ணிக்காம இருக்கேன்னு தெரிஞ்சுது.. நம்பளாலதான இவர் இப்படி இருக்கார்னு நெனைச்சு ரொம்ப வருத்தப்படுவா.. காரணம், அவதான லவ் பண்ணா.. அவதான பிரிஞ்சு போனா.. அந்தக் குற்ற உணர்ச்சி அவ மனசுல என்னிக்குமே இருந்துகிட்டு இருக்கும்.. அது அவளைக் காயப்படுத்தக் கூடாது..

அதனாலதான் அப்படியெல்லாம் பொய் சொன்னேன்.. எனக்குக் கல்யாணம் ஆயிடுச்சுன்னு நான் சொன்னதும் அவ முகத்துல ஒரு நிம்மதி தெரிஞ்சுதே.. அதை நீ கவனிச்சியா.. அந்த நிம்மதி அவகிட்ட நிரந்தரமா இருக்கணும்.. அதுதான் எனக்கும் நிம்மதி....' என்று சொல்லி அழ ஆரம்பித்தான்.

கோபி, அவனைத் தனது தோளில் ஆதரவாகச் சாய்த்துக் கொணடான்.

●